D1680362

**கனலி விஜயலட்சுமி (1972)**

பாலக்காட்டில் பிறந்து வளர்ந்தவர்.

திருவனந்தபுரத்தில் உள்ள கேரளப் பல்கலைக்கழகத் தமிழ் துறையில் பேராசிரியராகப் பணிபுரியும் இவர் தற்போது அமெரிக்காவில் உள்ள ஹூயூஸ்டன் பல்கலைக்கழகத்தில் வருகை தரும் பேராசிரியராகப் பணியாற்றி வருகிறார்.

இவர் 'இரவாளர் வாழ்வியல்', 'இருளர் இன மருத்துவம்', 'இனம்+மொழி= இலக்கியம்' முதலிய நாட்டுப்புறவியல் நூல்களையும், 'பெண்ணியத்தின் புதிய போக்குகள்', 'பெண் பெண்ணியம் பெண்நிலை', 'பாலின இடம்' முதலிய பெண்ணிய ஆய்வு நூல்களையும், 'தமிழ் இலக்கியக் கோட்பாடு' என்ற ஒரு கோட்பாட்டு நூலையும் எழுதியுள்ளார்.

'கைக்குள் ஒரு கனல்', 'பால்(ழ்) முரண்' என்று இரு கவிதை நூல்களையும் வெளியிட்டுள்ளார். அதுபோல 'லைம் லைட்' என்ற மலையாள நாவலைத் தமிழ் மொழிக்கும் 'ஒடியன்' என்ற தமிழ்க் கவிதை நூலை மலையாள மொழிக்கும், தகழி சிவசங்கர பிள்ளையின் வாழ்வியலை தமிழ் மொழிக்கும் மொழிபெயர்த்துள்ளார்.

1700 பக்கங்கள் கொண்ட 'தமிழ் – மலையாள மொழி அகராதி' ஒன்றைத் தற்போது வெளியிட்டுள்ளார். இவரது பல சிறுகதைகள் பல இதழ்களில் வெளிவந்திருப்பினும் இந்தச் சிறுகதை தொகுப்புதான் இவரது முதல் கதைத் தொகுப்பு.

# தொட்டால்

கனலி விஜயலட்சுமி

எதிர் வெளியீடு

தொட்டால்
கனலி விஜயலட்சுமி

முதல் பதிப்பு: ஜூன் 2024

எதிர் வெளியீடு,
96, நியூ ஸ்கீம் ரோடு, பொள்ளாச்சி - 642 002
தொலைபேசி: 04259 - 226012, 99425 11302

விலை: ரூ. 180

ThoTTal
Kanali Vijayalakshmi
First Edition: June 2024

Published by
Ethir Veliyeedu, 96, New Scheme Road, Pollachi - 2
email: ethirveliyedu@gmail.com
www.ethirveliyeedu.com

ISBN: 978-81-19576-63-0
Cover Design: Lark Baskaran
Printed at Jothy Enterprises, Chennai.

All rights reserved. No part of this book may be reprinted or reproduced or utilised in any form or by any electronic, mechanical or other means, now known or hereafter invented, including Photocopying and recording, or in any information storage or retrieval system, without permission in writing from the Publisher.

என் அப்பா **தங்கவேல்**
என்னும்
பெரும் கதை சொல்லிக்கு...

## எனக்குள் ஒரு கதை சொல்லி

சினிமா தியேட்டர் எப்படி இருக்கும் என்று கூடத் தெரியாத என்னுடைய ஐந்தாம் வகுப்புப் பள்ளித் தோழிகளுக்கு அப்பாவுடன் டூரிங் டாக்கீஸில் போய் சினிமா பார்த்து வரும் நான் பெரிய சாதனையாளராகத் தோன்றியதில் ஆச்சரியப்படும்படி ஒன்றுமே இல்லை. அந்தச் சாதனையை உறுதி செய்வதற்குப் பள்ளிக்கூட இடைவேளைகளில் கிடைக்கும் நேரத்தில் எல்லாம் பார்த்த சினிமாக்களின் கதையை ஒரு சீன் கூட விடாமல் தத்ரூபமாகச் சொல்லி அவர்களுக்குச் சினிமா பார்த்த அனுபவத்தைக் கொடுத்த போதும் கூட எனக்குள் ஒரு கதை சொல்லி இருப்பது எனக்குத் தெரியாது. நான் கதை சொன்ன மலைக்கள்ளன் படத்தை என் தோழி ஒரு முறை திரையில் பார்த்து விட்டு வந்து "விஜி சினிமாவ நேர்ல பார்க்குறதை விட நீ சொல்றப்ப கேட்கிறதுதான் ரொம்ப நல்லா இருந்தது" என்று சொன்ன போதுதான் ஓஹோ எனக்குள்ளும் ஒரு கதை சொல்லி இருக்கிறாள் என்பதை நான் அடையாளம் கண்டுகொண்டேன்.

பத்தாம் வகுப்புக்கு மேல் கல்லூரி விடுதிகளிலும் பல்கலைக்கழக விடுதிகளிலுமே வாழ்க்கையைக் கழித்துவிட்ட நான் எப்போதாவது ஒருமுறை வீட்டுக்கு வரும்பொழுது காலையில் 4 மணிக்கே என்னை எழுப்பி உனது கல்லூரியில் நடந்தவற்றைக் கூறு என்று கழுத்தறுத்த என் அப்பாதான் என்னை இரண்டாவது கதை சொல்லியாக மாற்றியவர்.

ஒரு சாதாரண நிகழ்வைக் கூட நகைச்சுவை கலந்த சுவாரசியமான கதையாகக் கூறும் மிகப்பெரும் கதை சொல்லியான என் அப்பாவின் கதை சொல்லலுக்கு முன் நான் வெறும் தூசு என்பதை அவர் ஒருநாளும் சொல்லாமல் என்னை ஊக்கப்படுத்திய அவர் இந்தப் புத்தகம் வெளிவரும் வேளையில் அதைப் பார்க்க இல்லாமல் போய்விட்டாரே என்பது என் மனதை துக்கத்தில் ஆழ்த்துகிறது.

சிறு குழந்தையாக இருந்தபொழுது ஒருமுறை நான் தூங்குவதற்காக ஒரு கதை சொன்ன பொன்னுத்தாய் சித்தி, "ஒரு மாடு தன் இளங்கன்னோடு காட்டுக்கு புல்மேயப் போச்சு அப்போ அங்கு வந்த ஒரு புள்ளிப் புலி அந்தக்

கன்னுக்குட்டியெ புடிச்சுட்டு போயிடுச்சு. அப்ப அந்த மாடு இருந்து அழுதுச்சு" என்று சொல்லிக் கொண்டிருந்தபோது என்னால் துக்கம் தாங்க முடியாமல் சத்தம் போட்டு அழத் தொடங்கிவிட்டேனாம். எல்லோரும் பயந்து போய் ஏன் அழுகிறாய் என்று கேட்ட போது அந்தக் கன்னுக்குட்டியைப் போய் பிடித்துக்கொண்டு வந்தால்தான் நான் அழுகையை நிறுத்துவேன் என்று ஆர்ப்பாட்டம் செய்தேனாம். தூங்கிக் கொண்டிருந்த மாமாவை எழுப்பி என் சித்தி புலியைக் கொன்று கன்னுக் குட்டியைப் பிடித்துக்கொண்டு வரும்படி கூறியனுப்பிவைத்தாராம். கொஞ்ச நேரம் கழித்து மாமா வந்து கன்னுக்குட்டியைப் பிடித்துக்கொண்டு வந்து மாட்டிடம் ஒப்படைத்துவிட்டேன் என்று கூறிய பிறகுதான் நான் அழுகையை நிறுத்தித் தூங்கினேன் என்று சித்தி என்னைப் பார்க்கும் போதெல்லாம் கூறி கேலி செய்வார். அது என்னவோ கதைகளும் கதை மாந்தர்களும் எனக்கு மிகவும் நெருங்கியவர்களாகவே இருந்துள்ளனர்.

இந்தக் கதைகளில் வாழ்ந்து கொண்டிருக்கும் கதாபாத்திரங்களும் ஏதோ ஒரு வகையில் தங்களது பெயர்களை, அடையாளங்களை மறைத்துக்கொண்டு வாழும் உண்மை மனிதர்கள்தான். ஒவ்வொரு கதை எழுதி முடிக்கும் பொழுதும் அந்தந்த நபர்களுக்கு நான் என்னால் முடிந்த அளவு நீதி செய்து விட்டேன் என்ற ஒரு திருப்தி ஏற்படுவதுண்டு. அதில் வாசகர்களுக்குக் கருத்து முரண்பாடு வருவதற்கான வாய்ப்புகளும் உள்ளன. அதுவும் வரவேற்கத்தக்கதாகவே கருதுகிறேன்.

ஆய்வு நூல்கள், இலக்கியக் கோட்பாடு சார்ந்த நூல்கள், தமிழ் மலையாள மொழி அகராதி, பழங்குடியினர் வாழ்வியல் சார்ந்த, மருத்துவம் சார்ந்த நூல்கள், மொழிபெயர்ப்புகள், ஏன் சில கவிதை நூல்கள் எழுதிய போதும் கூட கிடைக்காத ஒரு மகிழ்ச்சி இந்தச் சிறுகதைத் தொகுப்பை எழுதிய போது கிடைத்தது. அந்த மகிழ்ச்சி இந்தக் கதைகளை வாசிக்கும் போது உங்களுக்கும் கிடைக்கும் என்பது என் நம்பிக்கை.

இந்தத் தொகுப்பில் உள்ள பல கதைகள் ஏற்கனவே இதழ்களில் வெளிவந்துள்ளன. அந்த நேரத்தில் அவற்றை வாசித்து நன்றாக இருக்கிறது மீண்டும் எழுதுங்கள் என்று ஊக்கப்படுத்திய பல நண்பர்கள் இருக்கின்றனர். அவர்கள் அனைவருக்கும் என் நன்றியறிதலைத் தெரிவித்துக்கொள்கிறேன்.

தமிழ் வாசிக்கத் தெரியாவிட்டாலும் கதை எழுதி முடித்த உடனே வாசித்துக் கேட்டு மனசாட்சியே இல்லாமல் விமர்சிக்கும் முதல் வாசகர் என்ற நிலையில் என் கணவர் ஷியாம்குமாருக்கும் நன்றி சொல்ல வேண்டும்.

ப. சகதேவன், நண்பர் முருகவேள், சித்தூர் கவிதா, கவின், கோபிநாத் குருசாமி, சுரேஷ் திருமொழி, பாரதி, பவுன், தனா, ஈஸ்வரன், விஜய் என எல்லோரையும் அன்போடு நினைத்துக்கொள்கிறேன்.

கீழே என் மின்னஞ்சல் முகவரியை இணைத்துள்ளேன். கதைகளை வாசித்துவிட்டு உங்கள் கருத்து என்னவாக இருந்தாலும் தயங்காமல் அதை என்னிடம் கூறுங்கள் என்று அன்போடு கேட்டுக்கொள்கிறேன். மீண்டும் சந்திப்போம்.

நன்றி

**கனலி விஜயலட்சுமி**
ஹூஸ்டன்
2024
kanaliviji@gmail.com

- ஆடூஉ மேன 13
- உள்ளுறை 30
- எனக்கான சரி 42
- மகடூஉ முன்னிலை 54
- மகற்பாற் காஞ்சி 71
- தூரத்தில் 88
- தொட்டால் 94
- உடன்படா மெய் 101
- நோக்கி இறைஞ்சினான் 111

# ஆடூஉ மேனா

அவள் வேகமாக நடக்க முயன்றாள். ஆனால் ஈத்தெடுத்த ஆடு எட்டி வைக்க முடியாமல் தத்தளிப்பது போலக் கால்கள் பின்னித் தளர்ந்தன. அவளது கால்களுக்கு இடையில் கனன்ற கனலின் வெப்பம் அவள் உடல் முழுவதும் பரவி உயிரைக் கரிப்பதற்கு முன் கரட்டூரை அடைந்துவிட நினைத்தாள். ஒவ்வொரு அடியை அவள் எடுத்து வைக்கும் போதும் மூத்திரக் குழாய் வழியாக அடிவயிற்றுக்குள் ஒரு மின்னல் மின்னி மறைந்தது. வலியைத் தாண்டிய வைராக்கியம் அவளை முன்னோக்கி நடத்தியது.

எதைத் திரும்ப நினைக்க கூடாது என்று நினைக்கிறாளோ அதையே மீண்டும் மீண்டும் மனது அசை போடுவதன் வழி சுயமும் மனதும் வேறு வேறானவை என்பதை நிரூபித்திக் கொண்டிருந்தன. அப்படியொன்றும் அசைபோட்டு ஆனந்தம் காணும்படியான நிகழ்வு அல்ல அவள் வாழ்வில் இப்போது நடந்தது.

மனதைத் திசை திருப்புவதற்காக ரோடருகில் இருந்த ஹோட்டல் கண்ணாடியில் அவளது உருவத்தைப் பார்த்தாள். கருத்து மெலிந்த உடல், கசங்கிய பூனம் சேலையை இழுத்துச் சொருகி, தலைமுடியை அள்ளிக் கொண்டை இட்டிருந்தாள். "தான் என்ன அழகியா?" உழைத்து உரமேறிய உடல் வடிவாக, கலையாக இருப்பதாகத்தான் அவளுக்குத் தோன்றியது.

விவரம் தெரிந்த நாள்முதலே ஆடுகளுடன்தான் அவளது வாழ்வு நகர்ந்தது. காலையில் எழுந்தவுடன் ஆட்டு கட்டுத்தறிக்குள் போய் ஆட்டுப்புழுக்கைகளைக் கூட்டி வாரி குப்பைமேட்டில் போட்டுவிட்டு, கொடாப்பைத் தூக்கி ஆட்டுக்குட்டிகளைத் திறந்து அதனதன் தாயாட்டிடம் கொண்டுபோய் விட்டு பால் குடித்த பிறகு திரும்பப் பிடித்து கொடாப்பில் அடைத்துவிட்டு வருவாள். அவள் மீது ஆட்டு மூத்திரத்தின் மொச்சை வாசம் தூக்கும். அது பிறருக்கு மனதைத் புரட்டுவதாக இருப்பினும் தேவிக்குப் பழகிப்போய்விட்டது.

ஊருக்கு ஒதுக்குப்புறமாக ஏழைகள் அடர்ந்து வாழும் குடியிருப்புப் பகுதியில் இருந்தது அவளது வீடு. ஒரு ஆசாரமும் ஒரு கைசாளையும் சமையல் செய்ய ஒரு மறைப்பும் மட்டும் உள்ள ஒரு சிறு வீடு. வாசலை அடைத்துக்கொண்டு ஓலையால் வேயப்பட்ட ஆட்டுக்கிடை இருந்தது. ஆட்டுக்கிடையின் வாசனை வீடு முழுவதும் நீக்கமற நிறைந்து கமழ்ந்தது.

காலையில் அவளது வேலைகளை முடித்து, அம்மா தரும் பழையதை உண்டுவிட்டுத் தனது அக்காவுடன் ஆடுகளை ஓட்டிக்கொண்டு இட்டேறிக்குப் போய்விடுவாள். பல வகையான கள்ளிகளும் முற்செடிகளும் புதர்களும் இருபக்கங்களில் நிறைந்த அந்தப் பொதுப்பாதை பலருக்குப் பலவகையான தேவைகளை நிறைவு செய்யும் களமாக இருந்தது. தேவிக்கு என்னவோ அது வெறும் ஆடு மேய்க்கும் இடமாகவே இருந்தது.

15 வயதில் அக்காவைச் சீதனம் வாங்காமல் இரண்டாம் தாரமாகப் பெண் கேட்ட பெரியசாமிக்குக் கட்டிக்கொடுத்த பின்பு ஆடுகளின் மொத்தப் பொறுப்பும் தேவியின் தலையில் விழுந்தது. ஒன்பது வயது பிள்ளைகளுக்கு இருக்கும் குறும்புத்தனமும் விளையாட்டும் அவளிடம் இல்லை. மிகப் பொறுப்பாக ஆடுகளை ஆட்டுக்கிடையிலிருந்து ஓட்டிக்கொண்டு போய்க் கவனமாக மேய்த்து, தளை பறித்து இட்டு திரும்ப வீட்டிற்குக் கொண்டு வரும் வரை மிகக் கவனமாக முதியவர்களைப் போல் செயல்பட்ட அவளுக்குச் சிறு வயதுக் குறும்புகள் செய்ய வாய்ப்பே இல்லாமல் போய்விட்டது.

தன்சோட்டுப் பிள்ளைகள் பள்ளிகளுக்குச் சீருடை அணிந்து செல்லுவதைப் பார்க்கும்போது ஆசையாக இருப்பினும் தன்னால் அது இயலாது என்பதால் அதைப் பற்றியெல்லாம் அவள் கவலைப்படுவதில்லை. அவளது கவலை எல்லாம் இட்டேறி வறண்டு போய் ஆடுகள் மேய்வதற்குத் தளை

தாம்பு இல்லாமல் வெறும் கள்ளிச் செடியைக் கடித்துத் தின்று கொண்டு இருந்ததை நினைத்துத்தான். ஆடுகள் வயிறு நிறையாமல் வயிறு ஒட்டி வீடு திரும்பும்போது அவளுக்கு மனக் கவலையாக இருந்தது. தீவனம் வாங்கிப் போடும் அளவு வசதி இல்லை. வேறு இடங்களுக்கு ஆடுகளை ஓட்டிக் கொண்டு போகலாம் என்றால் அம்மா அதற்கு ஒத்துக்கொள்வதுமில்லை.

தேவி முன்புபோல் அல்லாமல் இப்போது வளர்ந்துவிட்டாள். அவள் உயரத்திற்கு ஏற்ற உடல், தாவணி அணிந்த போது ஒரு கவர்ச்சியை ஊட்டியது. சிரிக்கும் போது ஏற்படும் கன்னக் குழிகள் அந்த அழகை இன்னும் கூட்டியது. எதையும் அசால்டாக எடுத்துக்கொள்ளும் அவள் மூடநம்பிக்கைகளைக் கேட்டு பயந்து கொள்வதோ அதை நம்புவதோ இல்லை. ஒரு நாள் அம்மா ஒருக்காலும் போகக்கூடாது என்று சொல்லியிருந்த சுடுகாட்டுக்கு வடக்கே உள்ள அணைக்கட்டு கரைக்கு ஆடுகளை ஓட்டிக்கொண்டு சென்றாள். ஆடுகளுக்கும் அவளுக்கும் ஒரே மகிழ்ச்சி. தளதளவென்று இருந்த புல்வெளியையும் ஆங்காங்கே இருந்த சூரிச்செடிகளையும் சீனிப்புளி, நரிவிலி மரங்களையும் கண்டபோது ஆடுகளுக்கும் தன்னைப்போலவே அங்கு ஆடு மேய்த்துக்கொண்டிருந்த செம்பட்டை முடியுடன் பாவாடை சட்டையணிந்து புட்டுக் கன்னத்துடன் துருதுருவென்று கொக்கிச்சள்ளையைக் கையில் வைத்துக்கொண்டு நின்ற ஒரு பிள்ளையைக் கண்டபோது தேவிக்கும் மட்டற்ற மகிழ்ச்சி.

"உம்பேர் என்ன? நீ எங்கிருந்து வர்றே? தினமும் இங்கேதான் வருவியா?"

கேள்விகளை அடுக்கிக்கொண்டே போனாள் தேவி.

"என் பேரு செல்வி. செல்லீன்னு கூப்பிடுவாங்க. நான் செங்களத்தூரு. இங்க சுடுகாடு இருக்கிறதுனால போகக் கூடாதுன்னு சொல்லுவாங்க. யாருக்கும் தெரியாம ஆடுகளை மேய்க்க ஓட்டிட்டு வந்துட்டேன். நாலஞ்சு நாளாதான் நான் இங்கே வர்றேன்."

"உம் பேர் என்ன? இதுக்கு முன்னால நான் உன்னய இங்கே பார்த்ததில்லையே?"

"நான் தேவி. கரட்டூர்ல் இருந்து வர்றேன். நான் இன்னைக்குத் தான் இங்க வந்தேன். எனக்கு ரொம்ப சந்தோசமா இருக்கு. எனக்கு இதுவரைக்கும் யாருமே சோட்டாளிக இல்ல தெரியுமா? நான் எப்போதும் ஆடு கூடவே பேசிட்டு இருப்பேன். உன்னய

எனக்கு ரொம்பப் பிடிச்சுப் போச்சு. இனி தினமும் நான் இங்கு வருவேன். நீயும் வருவியா?"

ஒரு நாளைக்கு அதிகப்படியாக அவள் பேசியது ஆறு அல்லது ஏழு வாக்கியங்கள் மட்டுமே. அதுவும் அவளது அம்மாவிடம். மீதி நேரமெல்லாம் ஆடுகளோடுதான் அவளது வாழ்வு. இவ்வளவு நாள் பேசாமல் இருந்த பேச்சுக்கள் எல்லாம் அணை உடைந்து வரும் வெள்ளப்பெருக்கு போல் வந்து செல்வியைத் திக்குமுக்காடச் செய்தன.

செல்விக்கும் தேவியை ரொம்பவே பிடித்துப்போய்விட்டது. தனது தம்பியை மட்டும் பள்ளிக்கூடத்திற்கு அனுப்பிவிட்டுத் தன்னை ஆடு மேய்க்கப்போட்டதில் இருந்த சோகம் எல்லாம் இப்போது மாறிவிட்டது.

"எனக்கு 14 ஆடுக இருக்கு, தேவி உனக்கு எத்தன ஆடுக இருக்கு? என்னோட ஆடுக ஒவ்வொன்னுக்கும் நான் பேரு வச்சு இருக்கே. பேர் சொல்லிக் கூப்பிட்டா நிமிந்து பாக்கும் தெரியுமா? ஏ... குறும்பீ..."

ஒரு மூட்டு குட்டி அவள் விளி கேட்டு ஓடி அருகே வந்தது. அதை ஏமாற்றாமல் இரண்டு நரிவிலி இலைகளைச் செல்வி பறித்துக் கொடுத்தாள்.

"ஐ... பேர் சொல்லிக் கூப்பிட்டா வருமா? எனக்குப் பதினெட்டு ஆடுக இருக்கு. என்னோட ஆடுகளுக்கும் நான் பேர் வச்சிருக்கேன் ஆனா கூப்பிட்டா வராது. அந்தக் கருப்பு கெடாக்குட்டி இருக்குல்ல அதுக்குப் பேரு கிட்டான். கூப்பிட்டா உடனே என் கூட வந்து ஈட்டி போடும். ஏ... கிட்டா..."

தேவியின் விளி கேட்டுக் கிட்டான் ஓடிவந்து முன் கால்கள் இரண்டையும் தூக்கி அவளோடு சண்டைக்கு வந்து அவளது வயிற்றில் முட்டியது. அதைத் தள்ளிவிட்ட போதும் அது மீண்டும் அவளை முட்டுவதற்காக வந்தபோது ஒரு தடியை எடுத்து விரட்டினாள்.

தினமும் இந்த இரண்டு பேரையும் அணைக்கட்டுக் கரையில் தவறாமல் பார்க்கலாம். வீட்டில் இருந்து கொண்டுவரும் தூக்குப் போசியைப் பகிர்ந்து உண்பது முதல் அனைத்தையும் பரிமாறிக் கொண்டனர். தேவியைப் பார்க்காமல் செல்வியாலோ செல்வியைப் பார்க்காமல் தேவியாலோ இருக்க முடியாது என்ற அளவுக்கு நெருக்கமான நட்பாக மலர்ந்தது.

“என்ன செல்லீ... இன்னைக்கு ஒரு மாதிரியா இருக்கே? உடம்புக்கு நல்லா இல்லையா?” அக்கறையோடு கேட்டாள் தேவி.

சுற்றுமுற்றும் பார்த்து யாரும் இல்லை என்பதை உறுதி செய்துவிட்டு ரகசியக் குரலில் தேவியிடம்,

“நான் வயசுக்கு வந்துட்டேன்” என்றாள்.

“அய்யோ வீட்ல சொல்லலையா?”

“இல்லெ... சொன்னா வீட்டில உட்கார வச்சிடுவாங்க. அப்புறம் சடங்கு மண்ணாங்கட்டினு சொல்லி ஒரு மாசத்துக்கு வெளியில விடமாட்டாங்க. அப்புறம் எப்படி நான் உன்னைப் பார்க்கிறது? அதான் சொல்லலை. அம்மா வைக்கிற மாதிரி நானும் துணி எல்லாம் வச்சிட்டுத்தான் வந்தேன்.”

ஓடிச் சென்று தேவி செல்வியைக் கட்டி அணைத்துகொண்டாள்.

“சாகர வரைக்கும் நான் உன்னைப் பிரியவே மாட்டேன் செல்லீ.”

“நானும்தான்.”

அன்று கரைவெளிக்கு ஆடுகளை ஓட்டிக்கொண்டு போன தேவிக்கு ஏமாற்றமாக இருந்தது. செல்வி அன்று வரவில்லை. கொடாப்பில் அடைத்த ஆட்டுக்குட்டியைப் போல் நிலை கொள்ளாமல் அங்கும் இங்கும் சுற்றிக் கொண்டிருந்தாள் தேவி. அவள் மனதில் செல்வியைக் குறித்த எண்ணங்கள் ஊணாங்கொடியாய்க் கிளைதோறும் படர்ந்தது.

“ஒருவேளை கல்யாணம் முடிச்சு போய்ட்டாளோ? நோயி நீயி வந்து படுத்துட்டாளோ? என்னாச்சு அவளுக்கு? சுடுகாட்டு மாரியாத்தா அவளகாப்பாத்து.”

அவள் வீடு எங்கு இருக்கிறது என்று தனக்குத் தெரியாததை எண்ணி நொந்துகொண்டாள். ஆடுகளை ஓட்டிக்கொண்டு செங்களத்தூர் போய்ப் பார்த்தால் என்ன என்று யோசித்தாள். அந்த ஊர் பெரிய ஊர் என்று கேள்விப்பட்டு இருக்கிறாள். இத்தனை ஆடுகளை வைத்துக்கொண்டு எங்கு போய்த் தேடுவது என்று குழம்பிக்கொண்டிருந்தாள். எதுவாக இருப்பினும் நாளை முடிவு செய்யலாம் என்று பொறுமையாகக் காத்திருந்தாள். அவளது விசனம் ஆடுகளுக்கும் தொற்றிக்கொண்டது போல் வழக்கமாக அக்கப்போர் செய்யும் நாற்றாயங்கிடாய் கூட இன்று அமைதியாக வந்தது.

இரவு இயந்தரத்தனமாக ஆடுகளை ஓட்டிக்கொண்டு வீட்டுக்குச் சென்றாள். வழக்கமாக அவள் செய்யும் வேலைகளை மனம் ஒட்டாமல் செய்துவிட்டு அம்மா தந்த உணவை உண்டு கைசாளைக்குள் பாய்விரித்துப் படுக்கப் போனாள். அவளது இந்தச் சோர்வைக் கண்டு,

"என்ன ஆச்சுடி உனக்கு கப்பல் கவுந்த மாதிரி மூஞ்சிய வெச்சுட்டு இருக்கெ?" என்ற அம்மாவிற்குப் பதில் ஒன்றும் சொல்லாமல் பாய்விரித்துப் போர்வையைத் தலைவரை மூடிக்கொண்டு படுத்துவிட்டாள். ஆசாரத்தில் அம்மா தொலைக்காட்சி நாடகம் பார்த்து, பாத்திர உரையாடல்களுக்கு ஏற்ப எதிராடல் செய்வது கேட்டுக் கொண்டிருந்தது. திடீரென்று அவளது போர்வையைப் பலமாக யாரோ பிடித்து இழுத்தனர். தேவிக்குச் சுர்ரென்று கோபம் வந்தது.

"ஏன்மா உனக்குச் சொன்னாப் புரியாதா? எனக்கு மனசு சரியில்லன்னு சொன்னேன்ல."

"அந்த மனசை சரி பண்ற டாக்டர்தான் வந்துருக்கேன்..." என்று சொல்லி செல்வி சிரித்தாள்.

இதைக் கனவில் கூட எதிர்பார்க்காத தேவி வாரிச்சுருட்டி எழுந்து செல்வியைப் பிடித்து உலுக்கினாள்.

"நீ இன்னைக்கு வரலைன்னு சொல்லி நான் எவ்வளவு சங்கடப்பட்டேன் தெரியுமா? கையும் ஓடல காலும் ஓடல. மத்தியானம் கொண்டு போன சோத்தைக் கூடத் திருப்பிக் கொண்டு வந்துட்டேன். எங்கடி என்ன விட்டுட்டுப் போன நீ..."

"வாங்குன கடனை அடைக்காததால பேங்க் காரங்க வீட்டை ஜப்தி பண்ணிட்டாங்க. அந்த ஊரில் இருக்க அவமானமா இருக்குன்னு சொல்லி மதியமே கரட்டூருக்கு வந்துட்டோம். இந்தத் தெருவில் மூனாவது வீடுதான் வாடகைக்கு எடுத்து இருக்கோம். உங்க வீடு இங்கதான்னு தெரிஞ்சப்ப ஜப்தி பண்ணினது நல்லதா போச்சுன்னு நான் நினைச்சன்."

"அம்மா... இவதான் என்னோட சோட்டாளி. நான் எப்பவும் சொல்லுவே இல்ல செல்லீன்னு. இவதாம்மா அது."

"இந்த புள்ள சாயந்திரமே இங்கு வந்திருந்தா. இவ வரலைன்னு சொல்லிதான் நீ மூஞ்சிய தூக்கி வச்சிருந்தயா? நல்ல சோட்டாளிகடி நீங்க... வாங்க ரெண்டு பேரும் சாப்பிடுங்க."

நீண்ட நேரமாகச் செல்வி அணைக்கட்டின் அருகில் நின்றிருந்த சீனிப்புளியங்காய் மரத்தில் கல்லெறிந்து சீனிப்புளியங்காய் பறிக்க முயன்றுகொண்டிருந்தாள். அவளது முயற்சி நடக்காமல் போக சோர்ந்து வந்து அமர்ந்தாள்.

"செல்வி உனக்குச் சீனிப்புளியங்காய்தானே வேணும்? நான் மரமேறி பறுச்சுத் தரேன் இரு."

தேவி மடமடவென்று கொடுக்காப்புளி மரத்தில் கையில் இருந்த சூரிக் கத்தியால் முள்ளைச் செதுக்கிச் செதுக்கி ஏறினாள். அதை ஆச்சரியமாகப் பார்த்துக்கொண்டிருந்த செல்வி தாவணியின் முந்தானையை விரித்து தேவி பறித்திட்ட சீனிப்புளியை ஏந்திக்கொண்டாள். வேண்டிய அளவு பறித்துவிட்டுக் கீழே இறங்கிய தேவியின் இடது கை விரலில் ஒரு முள் ஆழமாகக் கீரி கொடகொடவென்று ரத்தம் கொட்டியது.

அந்த ரத்தத்தோடு விரலைத் தனது வாயிலிட்டு உறிஞ்சிய செல்வி பதட்டத்தோடு, "வலிக்கிறதா?" என்று கேட்டாள்.

தேவி சிரித்துக்கொண்டே, "வலது கை விரலையும் முள்ளால் கீரட்டுமா?" என்று கேட்டாள்.

"இந்த லொள்ளுதானெ வேண்டாங்கிறது."

இரவு ஒன்பது மணி ஆகிவிட்டது இன்னும் அவள் வரவில்லையே என்று தேவி வாசல் கதவைப் பார்த்துக்கொண்டிருந்தாள். சாதாரணமாக எட்டரை மணிக்கே செல்வி இங்கு வந்து விடுவாள். ஒன்பதரை வரை இருவரும் சேர்ந்திருந்து தொலைக்காட்சி நாடகங்கள் பார்ப்பார்கள். அதன்பிறகு தேவியின் கைசாளைக்குள் போய் ஒரே பாய்விரித்து இருவரும் படுத்துக்கொள்வார்கள். விளக்கை அணைத்துவிட்டுப் படுத்தாலும் அவர்கள் உறங்குவது என்னவோ பன்னிரண்டு அல்லது ஒரு மணிக்குத்தான். அதுவும் தேவியின் அம்மா,

"இன்னும் தூங்கலியா?" என்று அதட்டும் போதுதான் அவர்களுடைய பேச்சு ஓயும். அன்றும் அது போல் படுத்தபோது. செல்வி,

"ஏய்... இன்னைக்குச் சின்னச்சாமி என்ன சொன்னான் உன்கிட்ட?"

"கொஞ்ச நேரம் கழிச்சு ஆடுகளெ ஓட்டிட்டுப் போலாம் நில்லுன்னு சொன்னான்."

“அதுக்கு நீ என்ன சொன்னே?”

“போறதுக்கு நேரமாச்சுன்னு சொல்லிட்டு வந்துட்டேன்.”

“எதுக்கு இப்பிடித் தினமும் வந்து நிற்கிறானாமா?”

“அவன் எதுக்கு வந்தானோ என்ன கேடோ? எனக்கு எப்பிடித் தெரியும்டி? நீ கேக்கறத பாத்தா நான் சொல்லித்தான் அவன் வந்த மாதிரி இல்ல இருக்கு?”

“தேவி எதுக்கு அவன் கூட எல்லாம் நின்னு பேசுற நீ? நாளைக்கே வந்து உன்னைய பிடிக்கும்னு சொல்லுவான் பாரு.”

“சொல்லுவான் சொல்லுவா. அப்படி அவன் சொன்னா உடனே நான் அவன் பின்னால போயிருவேனாக்கும்? எப்பேர்ப்பட்ட மம்முதன் வந்தாலும் உன்னை விட்டு நான் எங்கேயும் போகமாட்டேன்” என்று கூறி தேவி செல்வியை அணைத்துக்கொண்டாள். அந்த அணைப்பின் இறுக்கம் அவளது வார்த்தைகளின் உண்மையை உணர்த்தியது.

ஒரு மாசி மாத இரவில் உப்புசம் தாங்கமுடியாமல் உடுத்தியிருந்த துணிகளைக் களைந்து விட்டு நனைந்த போர்வையைப் போர்த்தி தேவி படுத்துக்கொண்டாள். செல்வியும் அதேபோல் ஈரத்தைப் போர்த்தி தேவியின் அருகில் படுத்துக்கொண்டாள்.

அது நாள் வரை இல்லாத ஏதோ ஒரு வகையான உணர்வு இருவருக்கும் ஏற்பட்டது. தேவி செல்வியின் வெற்றுடம்பை அணைத்துத் தன்னருகே இழுத்தாள். செல்வியின் உடலில் மின்சாரம் பாய்ந்து மறைந்தது. அந்த இழுப்புக்குக் காத்திருந்ததுபோல் செல்வியும் ஒத்துழைத்தாள். இளமையின் ஆவேசம் மரபுகளை உடைத்து அவர்களை உடல்களின் மீது இயங்கச் செய்தது. நீண்ட பெருமூச்சோடும் ஒரு ஆனந்தக்களிப்போடும் இருவரும் விலகிக் கிடந்து உறங்கினர்.

மறுநாள் எழுந்து செல்வி நேரத்திலேயே வீட்டுக்குப் போய்விட்டாள். செல்வி தன்னைத் தப்பாக நினைப்பாளோ என்ற ஒரு சந்தேகம் தேவிக்குத் தோன்றினாலும் தன்னைப்போலவே செல்வியும் அந்தப் புணர்தலை விரும்பியதை உணர முடிந்தது. எதுவுமே நடக்காதது போல் செல்வி ஆடுகளை ஓட்டிக் கொண்டு வந்தாள். தேவியைக் கண்டு செல்வி அளவுக்கு அதிகமாக வெட்கப்படுவது போல் தோன்றியது. தங்கள் வாழ்க்கையில் கூட வசந்தம் வந்துவிட்டதாக இருவரும் எண்ணி ஆனந்தம் கொண்டனர்.

ஒவ்வொரு இரவுகளும் மறக்க முடியாத அனுபவங்களைத் தரும் கிளர்ச்சியூட்டும் இரவுகளாகக் கழிந்தன.

இதையெல்லாம் நினைத்துக்கொண்டிருந்த தேவி கடிகாரத்தைப் பார்த்த போது மணி பத்தே முக்கால் ஆகியிருந்தது. இனி அவள் வரப்போவதில்லை என்பதை உணர்ந்தவள் செல்வியின் வீடுவரை போய் பார்த்துவிட்டு வரலாமா என்று நினைத்தாள். அம்மா மறுத்ததால் தனது அறைக்குள் வந்து முடங்கிக் கொண்டாள்.

"வயசுக்கு வந்த புள்ள கண்ட வீடுகளில் போய் எதுக்காக உறங்கணும்?" என்று செல்வியின் அப்பா கறாராகக் கூறி அவளது வரவை நிறுத்திவிட்டார். மறுநாள் ஆடு மேய்க்கும் இடத்தில் செல்வியைப் பார்த்தபோது

"செல்லீ... நீ இல்லாமல் தூக்கமே வரல தெரியுமா?"

"எனக்கு மட்டும் என்ன வாழுது? உம் மேல காலப் போட்டு தூங்கினாதான் தூக்கமே வரும். எங்க வீட்ல ரொம்பக் கெடுபிடியா இருக்காங்க. பேசாம நம்ம ரெண்டு பேரும் எங்காவது ஓடிப் போய்டலாமா?"

"நான் போயிட்டா பாவம் அம்மா ஒத்தைக்கு என்ன பண்ணும்? உன்னியும் கொஞ்ச நாள் கழிச்சு பாக்கலாம். எல்லா சரியாகும் செல்லீ..."

ஒரு மழைக்கால இரவில் அதிகாலை மூன்று மணி இருக்கும் தேவியின் கதவை யாரோ படபடவென்று தட்டினர். தேவியின் அம்மா பயந்துபோய்,

"யாரது?" என்று கேட்டுக் கொண்டே கதவின் அருகில் வந்தாள்.

"நான்தான் செல்வி... கதவத் தொறங்க" என்ற செல்வின் குரல் கேட்டு ஓடி வந்த தேவி அவளது கோலத்தைக் கண்டு அதிர்ந்து போனாள். இந்த ரெண்டுங்கெட்ட நேரத்தில் எதற்காக இவள் வந்திருக்கிறாள் என்று குழப்பமாகப் பார்த்த அம்மாவிடம் போய் படுக்கும்படி கூறிவிட்டு செல்வியைத் தனது அறைக்குள் அழைத்து வந்தாள் தேவி.

குடித்துவிட்டு வந்த செல்வியின் தந்தை அவளிடம் அத்துமீறி நடக்க முயன்றதையும் அதை எதிர்த்து கத்தி ஆர்ப்பாட்டம் செய்த செல்வியை வெளியில் யாரிடமும் சொல்ல வேண்டாம்

என்று அடக்கிய அம்மாவையும் குறித்து வெறுப்புச் சொட்டச் சொட்ட சொல்லி முடித்தாள் செல்வி. தான் அங்கு இனி போகப் போவதில்லை என்றும் இங்கேயே தேவியுடன் தங்கிவிடப் போவதாகவும் கூறினாள்.

தேவிக்கு மீண்டுமொரு ஜப்தி வந்த மகிழ்ச்சி. எப்படியாவது அம்மாவிடம் சொல்லிச் சம்மதிக்க வைத்து விட வேண்டும் என்று உறுதி செய்துகொண்டாள்.

எந்த ஒரு மகிழ்ச்சியும் நிலையானதல்ல என்று கூறுவதற்கு ஏற்ப தேவியின் மகிழ்ச்சியும் குறுகிய காலத்திலேயே இல்லாமல் போனது. அவளது மகிழ்ச்சிக்கு எமனாகத் தேவியின் அத்தை வந்து சேர்ந்தாள்.

"பொம்புளப் புள்ளைய வேலை செய்ய வச்சு நீ உட்காந்து சாப்டிட்டு இருக்கிறயே உனக்கு வெட்கமா இல்லையா நங்கே?" என்ற அத்தையின் கேள்வி அம்மாவை என்னவோ செய்தது. டவுனில் கட்டட வேலைக்குப் போகும் தனது மகனுக்காகப் பெண் கேட்க வந்திருந்தாள் அத்தை.

"நங்கே... என் அண்ணன் செத்துப் போனாலும் இந்த உறவு விட்டுப் போகாது. கொழந்தையா இருக்குறப்பவே நாம பேசினதுதானே? நீங்க ம்... மின்னு சொல்லுங்க இந்த வாரமே பரிசம் போட்டு அடுத்த வாரம் கல்யாணத்த வச்சிக்கலாம்" என்றாள்.

"எதுக்கும் தேவியை ஒரு பேச்சு கேட்டுக்குறேன்" என்று அம்மா சொன்னதை அத்தை கேட்பதாக இல்லை.

"எருத்தை கேட்டா பருத்தி பொதி வெப்பாங்க" என்று கூறி அம்மாவின் வாயை அடைத்துவிட்டாள் அத்தை. கையோடு வாங்கி வந்திருந்த வெற்றிலையைக் கொடுத்து நிச்சயம் பேசுவது போல் பேசிவிட்டுச் சென்றுவிட்டாள்.

உல்லாசமாக அணைக்கட்டில் ஆடு மேய்த்துக் கொண்டிருந்தனர் இருவரும். நீண்ட கொக்கிச்சள்ளை வைத்து சடச்சி மரத்தில் படர்ந்திருந்த உரிக்காக் கொடியைப் பரித்து ஆடுகளுக்கு இட்டுக்கொண்டிருந்தாள் செல்வி. தேவி எதையோ உன்னிப்பாகக் கவனித்துக்கொண்டு இருப்பதைப் பார்த்து செல்வி,

"வைச்ச கண்ணை எடுக்காம எதைய பார்த்துட்டு இருக்கெ?" என்று கேட்டுக்கொண்டே தேவி பார்க்கும் திசையில் செல்வி பார்த்தாள். தேவியின் நாட்ராயங்கிடாய் செல்வியின்

வெள்ளச்சியின் பின்னால் மோப்பம் பிடித்துக்கொண்டு ஒரு வகையான ஒலி எழுப்பியவாறு சுற்றிக் கொண்டிருந்தது.

"தேவி உன் நாட்ராயன் கிடாய்க்கு ரொம்பத் திமிருதான். வெள்ளச்சிய மேய விடாம, மள்ளக் குடிச்சு பல்லக் கெஞ்சீட்டு இருக்குது பாரு."

"அவளெ மயக்கறதுக்கு அவன் என்ன எல்லாம் தாஜா பண்றான்னு பாரு. எப்படியாவது அவளெ ஒத்துக்க வச்சு தானெ அவெ காரியஞ் சாதிக்கிறான்."

இறுதியில் வெள்ளச்சியின் மேல் இரண்டு காலையும் கிட்டி போல் இட்டு நாட்ராயன் இணை சேர்ந்து கொண்டு இருந்தான்.

"பாவம் அந்த வெள்ளச்சி துடிக்கிறத பாத்தியா?"

"எனக்கென்னமோ அதோட கண்ணுல ஒரு கெரக்கம் இருக்கிற மாதிரிதான் தோணுது செல்லீ."

"கெரக்கம் உன் மனசுலதான் இருக்குது. இனி வந்து கிடாய் தொந்தரவு பண்ணினா நல்லா சாத்திவிட்டிடுவேன் பாரு."

"விடு செல்லி... ஒரு தடவைதானே முதிக்கிது. முதிக்காம இருந்தா அப்புறம் எப்படி குட்டி போடும்? குட்டி போடாம எப்படி பட்டி பெருகும்?"

"பட்டி பெருகினா அதுக்கு என்ன லாவம்? வெட்டித்திங்கற உனக்குத்தானே லாவம்?"

"ஆத்தா மகராசி இனிமே கெடாய்களெ முதிக்கவே வேண்டாம்னு சொல்லிடறேன். ஆஸ்பத்திரிக்குக் கொண்டு போய் ஊசி போட்டுட்டு வந்தர்லாம். கூடவே உனக்கும் ஒரு ஊசி போட்டுக்கலாம். போதுமா?" என்று சொல்லிச் சிரித்த தேவியை அடிப்பதற்காக செல்வி ஓடி வர, தேவி அவள் கையில் சிக்காமல் ஓடினாள்.

ஊரே பொறாமைப்படும் அளவு பட்டி நிறைய ஆடுகள் பெருகிவிட்டதால் அவற்றை ஓட்டிக்கொண்டு மழை வருவதற்கு முன் வீடு வந்து சேர்ந்தனர்.

குளியலறையில் மார்பின் மீது உள் பாவாடையை இறுக்கமாகக் கட்டிக்கொண்டு தலையில் போசி போசியாகத் தண்ணியை எடுத்து ஊற்றிக்கொண்டிருந்தாள் தேவி. இந்த நீரில் தான் கரைந்து பைப் வழியாக ஓடி மண்ணில் சேர்ந்து விடக் கூடாதா

என்று ஏங்கியது அவளது மனம். கண்மூடித் திறப்பதற்குள் எல்லாம் முடிந்துவிட்டது. எல்லையம்மன் கோவிலில் வைத்துத் தாலி கட்டவைத்து தனது அத்தை இங்கு டவுனுக்குக் கூட்டி வந்துவிட்டாள்.

தேவியின் வீட்டை விட அத்தை வீடு சற்று விசாலமாக இருந்தது தனக்குத் தாலி கட்டிய கனகுவைப் பார்ப்பதற்குத் தன் பட்டியில் இருக்கும் செம்பன் கிடாய் போல் திடகாத்திரமாக இருந்தான். தனது முகத்தைப் பார்த்து ஒரு முறை சிரிக்கவோ ஒரு வார்த்தை பேசவோ இல்லை.

அம்மாவையும் செல்வியையும் நினைக்கும்போது அழுகை பீறிட்டு வந்தது தேவிக்கு. அழுகின்றவர்களைப் பார்த்து ஏளனமாகச் சிரித்த தான் இப்படி அழ வேண்டிவரும் என்று அவள் நினைக்கவில்லை. வேட்டுவைத்த பாறையாய் தனது வாழ்வு இப்படி சிதறிப்போகுமென்று கனவிலும் எதிர்பார்க்கவில்லை அவள். வீட்டில் அழுது புரண்டு பிடிவாதம் பிடித்து பட்டினி கிடந்து பால்டாயில் மருந்து குடிப்பதாக மிரட்டி என்னவெல்லாமோ முயற்சி செய்தும் எதுவும் நடக்காமல் போய்விட்டது. மந்தையைப் பிரிந்து புதருக்குள் சிக்கிக்கொண்டு காலையில் நாக்கு வறண்டு மயங்கிக் கிடந்த சந்திரி ஆட்டுக்குட்டி நினைவுக்கு வந்தது. குளியல் அறையில் ஒரு மணி நேரம் ஆகியிருக்கும் அத்தை வந்து கதவைத் தட்டினாள். தலையில் துண்டைச் சுற்றிக்கொண்டு துணி மாற்றி வெளியில் வந்தாள்.

முன்பின் தெரியாதவர்களின் கேலி, கிண்டல், இரவு உணவு என நேரம் போனது. இரவு பதினோரு மணி அளவில் விருந்தினர்கள் சிலரைத் தவிர இறைச்சல் இன்றி வீடு காலியானது. காச்சித் தந்த ஒரு செம்பு பாலை எடுத்துக்கொண்டு கனகுவின் அறைக்குள் போகும்படி அத்தை கூறினாள்.

சீரோவாட் பல்பின் மங்கிய வெளிச்சத்தில் அவன் கட்டிலில் அமர்ந்திருப்பது தெரிந்தது. தயங்கி நின்ற அவளைக் கையைப் பிடித்துக் கட்டிலில் அமர்த்தினான். அவனிடமிருந்து வந்த வெளிநாட்டு மதுவின் வாடை மூக்கைத் துளைத்தது. அவனிடம் பாலை நீட்டியபோது அதை வாங்கிக் குடிக்காமல் அருகிலுள்ள மேசையின் மீது வைத்துவிட்டு அவளைக் கட்டி அணைத்தான். முறைக்கு அத்தை மகன் என்றாலும் ஒரு முறை கூட அவனிடம் பேசியதில்லை. ஏதாவது பேசுவான் என்று எதிர்பார்த்த தேவிக்கு ஏமாற்றமாக இருந்தது.

"எனக்குத் தூக்கம் வருது நான் கீழே படுத்து தூங்கட்டுமா?"

"நீ தூங்குறதுக்கா உன்னைக் கட்டிகிட்டு வந்தேன்?"

பலமாக அவளைக் கட்டிலில் தள்ளி அவளது எதிர்ப்பைக் கண்டுகொள்ளாமல் அவள் மீது கவிழ்ந்தான். சத்தம் போட்டால் வெளியில் இருப்பவர்களுக்குக் கேட்குமே என்று பல்லைக் கடித்து அடக்கிக்கொண்டாள். தனது அந்தரங்கத்துக்குள் அத்துமீறி தனது ஆண்மையைக் குத்தி இறக்குபவனைப் பார்த்தபோது கோபமும் அருவருப்பும் ஒருங்கே வந்தன. அவளது வலியைப் பொருட்படுத்தாமல் அவன் ஒவ்வொரு முறையும் இழுத்து அடித்தது அவளுக்கு வலியின் உச்சகட்டத்தைத் தந்தது. பழக்கமான செயலைச் செய்யும் லாகவம் அவனது இயக்கத்தில் இருந்தது. தான் எப்போதும் இடுப்பில் சொருகி இருக்கும் சூரிக் கத்தியைக் கொண்டு வராதது எவ்வளவு முட்டாள்தனம் என்று நினைத்தாள்.

முதல் நாளே தான் நினைத்ததை முடித்துவிட்டோம் என்று ஆனந்தக் களிப்பில் அவன் மல்லாந்து சரிந்தான். நாளை தனது நண்பர்களோடு பேசப்போகும் பெருமை களிப்பில் இருந்தான் கனகு.

அழப் போவதில்லை என்ற வைராக்கியத்தில் கட்டிலிலிருந்து கீழே இறங்கிக் குத்தவைத்து சுவரோடு சாய்ந்து அமர்ந்தாள். கட்டிலில் வந்து படுக்கும்படி அவன் உரக்கக் கூறினான். அவள் அதற்கு பதில் ஏதும் சொல்லாமல் உக்கிரமாக அவனை முறைத்துவிட்டு, தலைகுனிந்து, முட்டுக்காலைக் கட்டிக் கொண்டு அமர்ந்திருந்தாள். அவனது சத்தம் கேட்டு பயந்து அத்தை கதவைத் தட்டினாள். தேவியிடம் கதவு திறக்கும்படி அவன் கூறியதை அவள் சட்டை செய்யவில்லை.

"சரியான திமிர் புடிச்சவளா இருக்கிறயே? வெச்சிருக்கெண்டி உனக்கு" என்று அவளைத் திட்டிக்கொண்டே கனகு தடுமாறிக்கொண்டே போய் கதவைத் திறந்தான்.

அத்தை அறையினுள் வந்து லைட்டைப் போட்டாள். அலங்கோலமாக அங்கு தேவி அமர்ந்திருப்பதையும் மெத்தையில் சிந்தியிருந்த ரத்தத்தையும் பார்த்தபோது என்ன நடந்திருக்கும் என்பதை அவள் ஊகித்து,

“நீ மனுசனா மிருகமாடா? காண்டாமிருகமாட்டம் நடந்திருக்கிறயே? சொந்தப் பொண்டாட்டிங்கற நெனப்பு இருக்கா? அப்பனுக்குப் பிள்ள தப்பாம பெறந்திருக்கிறயே நாயே” என்று திட்டிக்கொண்டு தேவியைத் தனது அறைக்குக் கூட்டிச் சென்று சுடுதண்ணீர் வைத்துக் கொடுத்து கால்கழுகும்படி கூறினாள்.

“இந்த ஆம்பள நாய்களே இப்படித்தான். இன்னைக்கு உனக்காவது நானிருக்கேன். என்ன கட்டிட்டு வந்து இவனோட அப்பன் படுத்தின பாட்டை எல்லாம் நெனச்சா அந்த மாரியாத்தா கூட தாங்க மாட்டா. மனசப் போட்டு புண்ணாக்கிக்காத எல்லாம் சரியாயிடும். வா வந்து என் கூடப் படுத்துக்கோ.” அத்தை இவ்வளவு ஆறுதலாகப் பேசியது அவளுக்கு இதமாக இருந்தது.

ஒரு நீண்ட கால்வாயின் ஒரு கரையின் மீது தேவி தலைதெறிக்க ஓடிக்கொண்டிருந்தாள். மறுகரை இருண்டு ஆளரவமற்று இருந்தது. ஓடியவள் திரும்பிப் பார்த்தவாறு ஓடியபோது கால் தடுக்கி ஒரு பெரும் சுழியினுள் தலைக் குப்புற விழுந்தாள். குகைகள் நிறைந்த அந்தச் சுழியில் இருந்து வெளிவர அவள் ஆனமட்டும் முயற்சி செய்தும் முடியவில்லை. கால்வாய் நீர் மொத்தமாக அந்தச் சுழிக்குள் பாய்ந்துகொண்டிருந்தது.

பாளங்களாக விளிம்புகள் வெடித்திருந்த அந்தச் சுழியிலிருந்து ஒரு வேரைப் பிடித்து மேலே வர எத்தனித்த போது நீண்டு கிடந்த கால்வாய் ஒரு பேர் உடலாக எழுந்து அவளை நோக்கிச் சிரித்தது. அதன் முகத்தை அவள் உற்றுப் பார்த்தபோது தனது முகம் என்பது புரிந்தது. அந்தப் பேர் உடலின் அந்தரங்கத்திற்குள் தான் விழுந்து கிடக்கிறோம் என்பதை உணர்ந்து அதிர்ந்து கண்விழித்தாள்.

மறுநாள் காலையில் அவள் எழுந்து சிறுநீர் கழித்த போது உயிரே போய் விடும்படி அவளது பொன்னுடம்பு எரிந்தது. அவளது நிலையை உணர்ந்த அத்தை,

“நீ ஒன்றும் செய்ய வேண்டாம் படுத்துக்கோ” என்று கூறி எல்லா வேலைகளையும் அவளே செய்தாள். மாலை நேரத்தில் விருந்தினர் சிலர் வந்து பேசிவிட்டுச் சென்றனர். இரவை நினைத்தபோது தேவிக்குத் தூக்கிவாரிப் போட்டது. தேவி மெதுவாக எழுந்து அத்தையின் அறையில் போய் படுத்துக் கொண்டாள்.

இரவு பத்து மணி அளவில் கனகு வீட்டுக்கு வந்தான். அத்தை கொடுத்த உணவை உண்டுவிட்டு,

"தேவி எங்கே?" என்று கேட்டான்.

"இன்னைக்கு அவ என்கூட படுக்கட்டும். நீ போய் உன்னோட ரூம்ல படு" என்றாள்.

"கடன் வாங்கியும் பட்டினி கல்யாண மூச்சும் தண்டுவனா? ஒழுங்கா அவள என் ரூம்ல வந்து படுக்கச் சொல்லுமா."

"அவளுக்கு பொன்னுடம்பெல்லாம் காயமா இருக்குதுட நாயே. ரெண்டு நாள் கழிச்சு எல்லாம் பார்த்துக்கலாம் நீ போ."

"பொண்டாட்டிகிட்ட படுக்க வேண்டாம்னு சொல்றே நீ எல்லாம் ஒரு தாயா? நீ ஒரு பேயி."

"அந்த மாட்டு மூத்திரத்தைச் சூப்புனா உனக்குத் தாயுங்கூட பேயாத்தான்டா தெரியும். மூடிட்டு போய் உன் ரூம்ல படு" என்று கூறி அவனை ரூமில் இருந்து வெளியே தள்ளி கதவை அடைக்க முயன்றாள் அத்தை. அவனது தாய் என்று கூடப் பார்க்காமல் அவளைத் தள்ளி மாற்றிவிட்டு தேவியைத் தரதரவென்று இழுத்துக்கொண்டு தனது ரூமுக்குள் சென்று கதவடைத்தான்.

"என்னெ விடு... நான் வரல... எனக்கு வலிக்குது. என்ன விடுன்னு சொல்றேன்ல."

"அப்புறம் என்ன மயிருக்குக் கல்யாணம் பண்ணுன?"

"அதுக்கு வேண்டி நீ என்ன வேணாலும் பண்ணுவியா?"

"என்ன திமிரா... எதுத்துப் பேசுறெ? ஒழுங்கா வந்துரு."

தேவி அவனை உதறிவிட்டுக் குளியல் அறைக்குள் சென்று கதவைத் தாழிட்டுக்கொண்டாள். கனகு கதவைத் தட்டித் திறக்கும்படி கூறினான். அவள் திறக்காததால் எட்டி உதைத்துக் கதவைத் திறந்தான்.

அவளை வலுக்கட்டாயமாகப் பிடித்து இழுத்து வந்து கட்டிலில் கிடத்தினான். அத்தை வெளியிலிருந்து கதவைத் தட்டுவது கேட்டது. அதையெல்லாம் சட்டை செய்யாமல் அவன் வழக்கம்போல் தனது காரியத்தில் கண்ணாக இருந்தான்.

புண்ணாக இருந்த அவளது பொன்னுடம்பில் மீண்டும் அவன் இயங்கிய போது வலி தாங்க இயலாமல் தனது எதிர்ப்பை எல்லாம் பல்லில் செலுத்தி அவன் கழுத்தை இறுக்கக் கடித்தாள். கழுத்தில் ரத்தம் வருமளவு அவள் கடித்த கடி அவனது கவனத்தைச் சிதறச் செய்தது. இப்போது அவனது காமம் குறைந்து தளர்ந்து அவள் மீது கோப வெறியாக மாறியது. அவன் தனது கழுத்தை இறுகப் பிடித்துக்கொண்டு பளாரென்று அவளது கன்னத்தில் ஓங்கி அறைந்தான். பனம்பழம் தொட்டுவிட்டு விழுந்தது போல் அவளது நினைவு படீரென்று அவளை விட்டு அகன்றது. அப்படியே மயங்கிக் கட்டிலில் சரிந்தாள்.

காலையில் அவள் கண் திறந்தபோது அத்தையின் அறையில் படுத்திருப்பதை உணர்ந்தாள். அவளுக்கு அருகில் ஒரு நர்ஸ் நின்றுகொண்டிருந்தாள். வலி குறைந்திருந்தது. ஊசி போட்டு இருப்பதை உணர்ந்தாள். மெல்ல எழுந்து இருக்க முயன்றபோது அத்தை வேண்டாம் எனக் கை காட்டினாள்.

அத்தை கொண்டு வந்து தந்த உணவை உண்டு மாத்திரைகளை விழுங்கினாள். மனதில் ஒருவகையான நிராசை சூழ்ந்திருந்தது. அழத் தோன்றவில்லை. அவளது நிலையைக் கண்டு அத்தைக்குக் குற்ற உணர்வாக இருந்தது. கனகு மருத்துவமனைக்குப் போய் அவள் கடித்த இடத்தில் தையல் இட்டு இருப்பதாகக் கூறினாள். அவன் திரும்ப வீட்டுக்கு வரும்போது என்ன நடக்குமோ என்ற பயம் அத்தைக்கு இருந்தது.

மாலை மூன்று மணி அளவில் தேவி மெல்ல எழுந்து தனது சீலை ஒன்றை உடுத்துக்கொண்டு தனக்குச் சொந்தமான சிலவற்றை எடுத்துக்கொண்டு அத்தையை நோக்கினாள். அவள் போகப் போகிறாள் என்பதை உணர்ந்துகொண்டாள். ஆனால், தடுக்க மனம் வரவில்லை. தனது இடுப்பில் சொருகியிருந்த சுருக்குப் பையிலிருந்து சில ரூபாய் நோட்டுக்களை எடுத்து அவள் கையில் திணித்து பஸ் ஸ்டாண்டுக்குப் போகும் வழியையும் அங்கிருந்து கரட்டூருக்குப் போகும் வழியையும் சொல்லிக் கொடுத்தாள்.

தேவி அத்தையை இறுக அணைத்துக்கொண்டாள். அந்த அணைப்பில் சொல்ல முடியாத உணர்வுகள் பரிமாறப்பட்டன. காவல் நிலையத்துக்குப் போய்விட வேண்டாம் என்று அத்தை கெஞ்சி கேட்டுக்கொண்டாள். ஒரு நீண்ட பெருமூச்சோடு அந்த வீட்டைவிட்டு இறங்கினாள் தேவி.

தேவி வீடு வந்து சேர்ந்தபோது இரவு எட்டு மணி ஆகியிருந்தது. கல்யாணமாகி இரண்டே நாளில் இப்படி மகள் வந்து நிற்பாள் என்று எதிர்பார்க்காத அம்மா பதறிப்போய் தேவியிடம்,

"என்னதான் இருந்தாலும் நீ இப்படி மாப்பிள்ளை இல்லாம தனியா வந்திருக்கக் கூடாது. ஊர்ல நாலு பேர் என்ன சொல்லுவாங்க. காலையில நேரத்திலேயே புறப்படு நான் கொண்டு போய் விட்டுட்டு வர்றேன்" என்றாள்

அதுவரை அழுத்தி வைத்திருந்த கோபமும் எரிச்சலும் பகையும் மடை திறந்து வந்தது தேவிக்கு. நடு வீடு என்று கூடப் பார்க்காமல் தனது ஆடையை மொத்தமாக அவிழ்த்து நிர்வாணமாக நின்று அவள் உடலில் ஏற்பட்ட காயங்களைக் காலைத் தூக்கிக் காட்டி,

"பாத்தியா நீ எனக்குத் தந்த கல்யாண வாழ்க்கை" என்றாள்.

அவள் உடலின் ஒவ்வொரு பகுதியிலும் நகக்கீறல்களும் பல் அடையாளங்களும் காயங்களும் என இருந்ததைப் பார்த்து அதிர்ந்து போனார்கள் அம்மாவும் செல்வியும். அம்மா வாயடைத்து நின்றாள். செல்வி ஓடிப்போய் தேவியைக் கட்டிக்கொண்டாள்.

"நீ எங்கேயும் போக வேண்டாம் நான் இருக்கிறேன் உனக்கு. எந்த நாய் வரும்னு பார்த்துக்கலாம்."

அணைக்கட்டில் ஆடு மேய்த்துக் கொண்டிருந்தபோது கிடாய் ஒன்று மூட்டுக் குட்டியின் மீது தொத்திக்கொண்டு இருந்தது.

"செல்வி அன்னைக்கு நீ சொன்னது சரிதான். மூட்டு குட்டியோட கண்ணில வலிதான் தெரியுது" என்றாள் தேவி. செல்வி அதற்குப் பதில் ஒன்றும் சொல்லவில்லை. அவளது பார்வையில் பல அர்த்தங்கள் தெரித்தன.

# உள்ளூறை

நீண்ட கால இடைவெளிக்குப் பிறகு டவுனில் வந்து இறங்கிய போது அவன் எதிர்பார்த்ததுக்கு முற்றிலும் மாறாக இருந்தன காட்சிகள். கடைகள் எல்லாம் அடைக்கப்பட்டு, சாலைகள் வெறிச்சோடி, மனித நடமாட்டமே இல்லாமல், ஓர் ஊரடங்கு நாளைப் போல் இருந்தது. டவுன் பஸ் பிடித்து இன்னும் 25 கிலோமீட்டர் போனால் தான் தனது சொந்த ஊருக்குப் போக முடியும். அவன் நின்றிருந்த தொலைதூரப் பேருந்து நிலையத்திலிருந்து வெளியே வந்து சற்று தூரத்தில் இருக்கும் நகரப் பேருந்து நிறுத்தத்திற்குப் போனான். அங்கும் இதே காட்சிகள். எந்த பஸ்ஸூம் ஓடுவது போல் தெரியவில்லை.

தெருமுனையில் நின்றிருந்த போலீஸ்காரரிடம் விசாரித்த போது, ஆளும் கட்சி அரசியல் தலைவனை எதிர்க்கட்சிக்காரர்கள் யாரோ வெட்டிவிட்டார்கள் என்பதால் ஏற்பட்ட திடீர் ஊரடங்கு என்று கூறினார்.

25 கிலோமீட்டர் நடப்பது குறித்து யோசித்தேன். "அந்தக் காலத்துல டவுனுக்குப் போறதுக்கு பஸ் எல்லாம் கிடையாது. சவாரி வண்டியில போகணும்னா பத்து 20 மயிலு போகணும். சவாரி வண்டி எடுத்தா வீட்டுக்குத் தெரிஞ்சுரும். அதனால காலைல எந்திரிச்சு மஞ்சப்பட்டி, சடையனூர் வழியா நடந்தா நாலு மணி நேரத்துக்குள்ள டவுன் வந்து இங்கிலீஷ் படம் பார்த்துட்டு, ராத்திரிக்குள்ள வீடு வந்து சேர்ந்திடுவேன்" என்று

அடிக்கடி அவனது அப்பாரு கூறுவது அவன் நினைவுக்கு வந்தது.

எவ்வளவு தூரம் நடந்தான் என்று சரியாகத் தெரியவில்லை. மஞ்சப்பட்டி எட்டு கிலோமீட்டர் என்ற வழிகாட்டிப் பலகையைப் பார்த்த போது அவனுக்கு மகிழ்ச்சியாக இருந்தது. சூரியன் உச்சிக்கு மேல் நின்று சுட்டெரித்துக் கொண்டிருந்தான். பரந்து விரிந்து கிடந்த விவசாய நிலங்களுக்கு இடையில் அதிகமாக மரங்கள் ஒன்றும் காணப்படவில்லை. போகும் வழியில் தூரத்தில் தெரியும் ஒரு தென்னந்தோப்பு அவனுக்கு ஆறுதலைத் தந்தது. வேகமாக அவன் அந்தத் தோப்பை நோக்கி நடந்தான்.

நிழலின் அருமை வெயிலில் என்ற பழமொழியைத் தன்னைப்போல் நீண்ட நேரம் வெயிலில் நடந்த ஒருவர்தான் உருவாக்கி இருக்கவேண்டும் என்று நினைத்துக்கொண்டான். சாலையின் இருபுறமும் அரை கிலோ மீட்டர் தூரம் நீண்டிருந்த அந்தப் பெரிய தென்னந்தோப்பு குளிரூட்டப்பட்ட அறை போல் இருந்தது. அந்தத் தோப்பு நன்றாகப் பராமரிக்கப்பட்டிருந்தது என்பது தென்னை மரங்களின் குலை நெருக்கத்திலே தெரிந்தது.

சற்று தூரம் நிழலின் சுகத்தை உணர்ந்தபடி நடத்தபோது தோப்பின் இடதுபுறம் சாலையை ஒட்டி ஒரு பெரிய பண்ணை வீடு தெரிந்தது. அங்கு ஏதோ பெரிய பிரச்சினை நடக்கிறது என்பது போலச் சத்தமும் கூச்சலும் கேட்டன. இவன் ஓடிச்சென்று கம்பி வேலிக்கு வெளியே சாலையில் நின்று கொண்டு பார்த்தான்.

குட்டி யானை போல் இருந்த ஒரு பெரிய பொலி காளை ஒரு மாட்டை வெறி பிடித்தது போல் குத்திக்கொண்டு இருந்தது. அந்த மாடு வலியால் 'ம்மஆ...ம்மஆ...' என்று கதறிது. மாட்டுக்குச் சொந்தக்காரன் செய்வதறியாமல் திகைத்து நின்றான். மாட்டின் வயிற்றிலிருந்து கொம்பு கிழித்து ரத்தம் வந்தது.

காளையைப் பிடித்து வந்தவன் பெரிய தென்னை மட்டை ஒன்றை எடுத்து வந்து காளையை அடித்தான். இப்போது அந்தக் காளையின் கோபம் அவன் மீது திரும்பியது. மாட்டை விட்டுவிட்டு அவனுக்கு நேராக வந்தது. அவன் பயந்து பின் மாறினான். அது அவனை விட்ட பாடில்லை. அவன் ஓடி வீட்டுக்குள் போக முயற்சித்தான். அதற்குள் அவனைக்

கொம்பில் தூக்கி ஒருபுறம் எறிந்தது. அவன் அய்யோ... என்று அலறி அடித்து விழுந்தான். இனி அடுத்து என்ன செய்வது என்பது போலத் திரும்பியது.

இந்தச் சத்தத்தைக் கேட்டுக் கொண்டு வீட்டினுள் இருந்து ஒரு அறுபது வயது மதிக்கத்தக்க ஒரு பெண் இறங்கி வந்தார்.

"ராசு... நில்லு... ராசு... நில்லு..."

என்று கூறியவாரே காளையை நோக்கி முன்னால் நடந்தார்.

கீழே விழுந்தவன்,

"அம்மா போகாதீங்க அது வெறிபிடிச்சுத் திரியுது" என்று தடுத்தான். அதைக் கேட்காமல் தைரியமாக அந்தப் பெண் காளையை நோக்கி முன்னே சென்றார். காளை பலமாகத் தலையை ஆட்டித் தன் எதிர்ப்பைக் காட்டியது. அதன் எதிர்ப்பை வகை வைக்காமல் அந்தப் பெண் முன்னேறிச் சென்றார். அந்தக் காளை மெல்லப் பின்வாங்கியது. அதன் கோபமான மூச்சுக்காற்று சாலையில் நிற்கும் இவனுக்குக் கேட்டது. தனது கோபத்தை முன்னங்கால் மண்ணைப் பறித்துக் கொண்டு காட்டியது.

அடுத்தது அந்தப் பெண்ணைக் குத்தப் போகிறது என்று இவனுக்குத் தோன்றியது. அந்தப் பெண் மிக அருகில் சென்று விட்டார். என்ன நினைத்ததோ தெரியவில்லை காளை பின்னுக்குத் திரும்பி ஓட ஆரம்பித்தது. சாலைக்கு இணையாகத் தோட்டத்தின் உள்ளிருந்த பாதையில் காளை ஓடியது. வெளியே நிற்கும் இவனுக்கு அருகில் வந்துவிட்டது.

"யாருடா இவன்" என்பது போல நின்று இடதுபுறம் திரும்பி இவனைப் பார்த்தது. அவனுக்குக் கண்ணாடியில் தன் முகத்தைப் பார்ப்பது போன்று ஓர் உணர்வு ஏற்பட்டது. அடுத்த வினாடியே அதன் பார்வையைத் திருப்பி வலது புறமாகத் தெரிந்த கரும்புக் காட்டுக்குள் ஓடி மறைந்தது.

அந்தப் பெண் ஓடிப்போய் கீழே கிடந்த வேலைக்காரனை எடுத்து அமரச் செய்தார்.

"போன மாசத்தில் இருந்து ராசு இப்படித்தான் பண்ணுது. காள சேர்க்க வர்றவங்களையும் மாடுகளையும் எல்லாம் குத்தி ரணப்படுத்துது. நான்தான் உங்ககிட்ட சொல்லல. அத

கட்டுப்படுத்தவே முடியலைங்கமா" என்று ஆதங்கத்தோடு அந்த வேலைக்காரன் கூறினான்.

மாட்டைப் பிடித்துக்கொண்டு வந்த வயதானவன் செய்வதறியாமல் திகைத்து நின்றான். அவனருகில் சென்று அந்தப் பெண்,

"கவலைப்படாதே நான் டாக்டரை வரச் சொல்லுறேன். ஆகுற செலவை நான் பார்த்துக்கிறேன்" என்று கூறிவிட்டுத் தனது வேலைக்காரனிடம்,

"நீ சாயந்திரம் அடிமாட்டு ஏவாரி நாராயணன் குட்டிய வரச்சொல்" என்று ஒரு தீர்மானத்தோடு கூறிவிட்டு வீட்டினுள் போவதற்குத் திரும்பியபோது சாலைக்கு வெளியே இருந்து பார்த்துக்கொண்டிருந்த அவனைப் பார்த்து,

"என்ன?" என்று கேட்டார்.

"ஒன்றுமில்லை" என்று தலையை ஆட்டிக்கொண்டு அவன் சாலையில் தன் நடையைத் தொடர்ந்தான். எதற்காக அந்தக் காளை அந்த மாட்டை அவ்வளவு துன்புறுத்தியது என்று நினைத்துப் பார்த்தான். ஒருவேளை தன் அழகிற்கும் அந்தஸ்த்துக்கும் பொருந்தாத ஓர் இணையைக் கொண்டு வந்ததால் ஏற்பட்ட கோபமாக இருக்குமோ? பிடிக்காவிட்டால் மிதிக்காமல் இருக்க வேண்டியதுதானே?. எதற்காக அதைக் குத்திக் காயப்படுத்த வேண்டும்? அந்த மாடு எதிர்ப்பைக் காட்டத் திறனற்றது என்பதால்தானே?

"இதை எல்லாம் கேட்பதற்கு உனக்கு என்ன தகுதி இருக்கிறது?" என்று மனசாட்சி அவனைக் குத்தியது. இப்போது அவன் மனதில் மல்லிகாவை நினைத்து ஒரு பச்சாதாபம் ஏற்படுகிறது.

தோப்பின் நிழல் முடிந்துவிட்டது. வெளியே வந்தே ஆக வேண்டும் என்ற கட்டாயத்தால் வெயிலாக இருந்தாலும் பரவாயில்லை என்று வேட்டியை மடக்கி கட்டிக்கொண்டு விறு விறு என்று நடந்தான். சாலையின் இடது புறம் தரிசாகக் கிடந்தது. வலது புறம் மக்காச்சோளப் பயிர் செய்யப்பட்டு அறுவடை செய்யும் பருவத்தில் இருந்தது. விளைந்து நின்ற மக்காச்சோளத்தைப் பார்த்தபோது காலையிலிருந்து ஒன்றும் சாப்பிடவில்லை என்று வயிறு அவனுக்கு நினைவூட்டியது.

சுற்றிலும் பார்த்துவிட்டு மெல்லச் சாலையில் இருந்து இறங்கி முதிர்ந்த ரெண்டு மக்காச்சோளத்தைப் பறித்தான். அதன்

தோலை உரித்தபோது அவன் திருட்டுத்தனத்தை உணர்ந்து கொண்டது போல மக்காச்சோளம் உள்ளிருந்து சிரித்தது. அவசரமாக இன்னும் ரெண்டு கதிர்களைப் பறித்து தோல் உரித்து தனது தோள் பையினுள் இட்டுக் கொண்டு ஒரு சோளத்தைத் தின்றவரே நடத்தான். கையில் காசு இருந்தும் திருட வேண்டிய நிலை ஏற்படுவதை நினைத்துப் பார்த்தான். சூழல்தான் மனிதர்களைத் திருடர்கள் ஆக்குகிறது என்று நினைத்தான். இல்லை உடலின் பல வகையான பசிகள்தான் மனிதர்களைத் திருடர்கள் ஆக்குகின்றன என்று அவனே திருத்திக்கொண்டான். என்ன சமாதானம் கூறினாலும் திருடுவது தவறு இல்லையா என்று மனது குத்தியது.

"நான் திருடியது விற்பதற்காக அல்லவே? பசிக்குத்தானே திருடினேன் அது எப்படித் தப்பாக முடியும்?"

"உன் பசியைப் போக்குவதற்கு நீ உழைத்துச் சம்பாதித்து இருக்க வேண்டும். அடுத்தவர் உழைப்பில் நீ கை வைப்பது திருட்டுத் தானே?" மனது அவனை எதிர்க் கேள்வி கேட்டது.

சிந்தனைகளை உதறித் தள்ளிவிட்டு, இரண்டு சோளக்கதிர்களைச் சாப்பிட்டு முடித்த போது பசி சற்று அடங்கியது போல் இருந்தது. நடையின் வேகமும் கூடியது. சாலையின் இருபுறமும் தரிசாகக் கிடந்தது. ஒருவேளை தண்ணீர் இல்லாததன் காரணமாகத் தரிசாக இட்டு இருக்கிறார்களா அல்லது வேளாண்மை செய்வதற்கு ஆள் இல்லாததால் இப்படி இருக்கிறதா?. நூற்றுக்கணக்கான ஏக்கர் நிலங்களை வாங்கிக் குவித்துவைத்துள்ள பெரும் பணக்காரர்களுக்கு அந்த நிலங்களைப் பயிர் செய்ய வேண்டுமென்று நினைக்க எங்கு நேரம் இருக்கப் போகிறது? எந்தெந்த இடத்தில் தங்களுக்கு உரிமையான நிலங்கள் இருக்கின்றன என்று கூடத் தெரியாதவர்கள் அவர்கள். தான் என்ன பெரிய சமூகச் சிந்தனையாளன் போல் சிந்திக்கிறோமே என்பதன் முரண்பாட்டை நினைத்துச் சிரித்துக்கொண்டான்.

ஒரு பெரிய ஆறு குறுக்கே வந்தது. பழைய பாலத்திற்கு இணையாக ஒரு பெரிய பாலம் கட்டிக் கொண்டிருப்பது தெரிந்தது. பெரிய பெரிய இயந்திரங்கள், வண்டிகள் எல்லாம் பக்கவாட்டில் நிறுத்தப்பட்டுள்ளன. இவ்வளவு பெரிய பாலம் இங்கு தேவையா என்று நினைத்தான். பாலங்கள் கட்டுவது ஆற்றைக் கடப்பதற்கு மட்டுமல்லவே? சாலைப் போக்குவரவு

மட்டுமா என்ன? பல வகையான போக்குவரவு அதில் நடக்கும் என்று நினைத்துக்கொண்டான்.

கரைவெளி என்பதால் சாலையின் இருபுறமும் பசுமை தென்பட்டது. வலது புறம் வயல்களும் இடதுபுறம் வேறு ஏதோ பயிரும் செய்யப்பட்டுள்ளன. அருகே போய்ப் பார்த்தான். அது ஒரு தர்பூசணித் தோட்டம். வயல்களில் தர்பூசணிக் கொடி படர்ந்து இருந்தது. ஆங்காங்கு பிஞ்சுகளும் சில முற்றிய காய்களும் தென்பட்டன. தனக்கொரு தர்பூசணி பழம் கிடைத்தால் இந்தத் தாகத்திற்கு எப்படி இருக்குமென்று நினைத்தபோது அவனுக்கு நாவில் எச்சில் ஊறியது.

கண்ணுக்கெட்டும் தூரம் வரை தர்பூசணிப் பயிர் செய்யப்பட்டுள்ளது. யாராவது இருக்கிறார்களா என்று பார்த்துக்கொண்டே நடந்தான். தூரத்தில் இரண்டு பேரின் தலை தெரிந்தது. அவர்களிடம் பணம் கொடுத்தாவது ஒரு பழம் வாங்க வேண்டும் என்று மனதுக்குள் தீர்மானித்து அவர்களை நோக்கி வேகமாக நடந்தான்.

அவர்கள் இருவரும் அவசர அவசரமாகப் பெரிய தர்பூசணிக் காய்களாகப் பார்த்து எடுத்து அதைப் பழுத்திருக்கிறதா என்று பார்ப்பதற்கு சூந்து போட்டுப் பார்த்துக் கொண்டிருந்தார்கள். ஒருவன் பெரிய ஒரு காயைச் சூந்து போட்டு அந்தத் துண்டை வெளியே எடுத்துப் பார்க்கும்போது அது பழுக்காமல் வெள்ளையாகத் தெரிந்தது.

“அரே... யஹ... பகா நஹின் ஹே” என்று கூறித் திரும்ப அந்தத் துண்டை வெட்டி எடுத்த இடத்திலேயே வைத்துத் துணித்து அந்தக் காயைக் கமழ்த்தி வைத்தான்.

அடுத்த ஒரு காயை இதே போல் சூந்து போட்டுப் பார்த்தான்.

“அரே... ஏபி...பகா ஹுவா நஹி ஹே” என்று கூறித் திரும்ப அடைத்து கமழ்த்தி வைத்தான்.

காணும் பெரிய காய்களை எல்லாம் இதே போல் வெட்டிப் பழுத்திருக்கிறதா என்று பரிசோதித்தார்கள். அந்த வயலில் உள்ள ஏறக்குறைய எல்லாக் காய்களையும் வெட்டிப் பார்த்து திரும்ப அடைத்து கமழ்த்தி வைத்துவிட்டார்கள்.

“அரே... அய்ஸா நஹி ஹோகா... சல் தர... சல்... சல்.”

ஒரு பழத்தைக் கூடக் கண்டுபிடிக்காததன் வருத்தம் அவர்கள் முகத்தில் தெரிந்தது.

“அரே... பையா இதராவோ...” என்று இவன் கூப்பிட்டான்.

இவனைப் பார்த்ததும் இருவரும் அரண்டு போய் ஓட்டம் எடுத்தனர். வேலியில் ஒரு சிறிய இடைவெளி இருந்த இடத்தில் நுழைந்து சாலையைக் கடந்து ஓடிமறைந்தனர். எதுவுமே நடக்காதது போல் அந்த வயல் அமைதியாக இருந்தது. இரண்டு மூன்று நாட்களில் வெட்டி வைத்த அத்தனைப் பழங்களும் அழுகிக் கிடக்கும் காட்சி அவன் மனதில் விரிந்தது. சில செயல்கள் இப்படித்தான் உடனடியாக அதன் பலாபலன்களைத் தராவிட்டாலும் கூடிய சீக்கிரம் அதன் பலன்கள் வெளியே தெரியத் தொடங்கிவிடும். தூரத்தில் அந்தத் தோட்டத்தின் காட்டுப்பண்ணாடி போன்ற ஒருவன் வந்து கொண்டிருப்பது தெரிந்தது.

காய்கள் வெட்டப்பட்டு இருப்பது தெரியாவிட்டாலும் கொடிகள் நசுங்கி இருப்பதையும் தன்னையும் பார்த்தால் நிச்சயமாக நான்தான் செய்தேன் என்று சந்தேகப்படுவான் என்பது அவனுக்குப் புரிந்தது. அவனது முன் அனுபவம் அவனை ஓடச் செய்தது. பட்டவை போதும் என்று நினைத்தான்.

நேராக நடந்தான். இப்போது அவனது தண்ணீர் தாகம் நாக்கைத் தாண்டி உடலேகமாகப் பரவி கால்களைப் பின்னச் செய்தது. கொஞ்சம் தண்ணீர் கிடைத்தால் நன்றாக இருக்கும். பழைய காலம் போல் அல்ல. தரிசு நிலங்கள் கூட இன்று வேலியிட்டுப் பாதுகாக்கப்பட்டுள்ளன. ஏதாவது கிணற்றில் போய்த் தண்ணீர் குடிக்கலாம் என்றால் அதற்கும் வழி இல்லை.

கொஞ்ச தூரத்தில் சாம்பல் நிறத்தில் ஏதோ ஒரு பயிர் வகை தெரிந்தது. வேகமாக நடந்தான். அவன் எதிர்பார்த்தபடியே அது ஒரு கரும்புத் தோட்டம். கரும்பு, அதுவும் செங்கரும்பு விளைந்து நிற்கிறது. இந்தத் தாகத்திற்கு ஒரு கரும்பு கிடைத்தால் நன்றாக இருக்கும் என்று அவனுக்குத் தோன்றியது. கூடவே மனதில் தோன்றிய திருட்டு குறித்த சிந்தனைகளை ஒதுக்கிப் பசி வந்தால் பத்தும் பறக்கும் என்று நினைத்துக்கொண்டான். வேலிக்கு அருகே சென்று பெரிய ஒரு செங்கரும்பை ஒடித்தான். ஒடிவதற்குப் பதிலாக நசுங்கிவிட்டது. கரும்பைத் திருகி

இழுத்தால் வந்துவிடும் என்ற நினைப்பில் பலமுறை திருகி மொத்தப் பலத்தையும் கொடுத்து இழுத்தான்.

கரும்பிலிருந்து கை வழுக்கி அதன் சோகை இவன் கையை ஆழமாகக் கிழித்துவிட்டது. வலது கையில் இருந்து ரத்தம் பீச்சி அடித்தது. கரும்பை விட்டுவிட்டுக் கையை அழுத்திப் பிடித்துக் கொண்டு அமர்ந்துவிட்டான். அவனது சட்டையிலும் வேட்டியிலும் ரத்தத் துளிகள் தெறித்தன.

தனது பைக்குள் கையை விட்டு ஒரு வேட்டியின் மூலையில் ஒரு சிறு துண்டைக் கிழித்து எடுத்தான். கீழே தேடி ஒரு கரும்பூட்டுச் செடியின் இலைகளைப் பறித்து இடது கையில் பிழிந்து ரத்தக் காயத்தின் மேல் வைத்து அந்த இலையோடு சேர்த்து இடது கையால் சுற்றிப் பல்லால் கடித்து ஒரு கட்டு கட்டினான்.

உள்ளங்கையை இரண்டாக வெட்டியது போல் நீண்டிருந்த காயத்தில் நிறைய ரத்தம் போய்விட்டது. கை தீயாக எரிந்தது. இலை வைத்துக் கட்டியும் ரத்தம் கசிந்து கொண்டிருந்தது. ஏற்கெனவே இருந்த தண்ணீர் தாகமும், இப்போது ஏற்பட்ட ரத்த இழப்பும், கொளுத்துகிற வெயிலும் சேர்ந்து அவனுக்கு மயக்கத்தைத் தந்தன.

நடுவீட்டில் படுக்க வைத்திருந்த அப்பாவின் பிணம் அவனுக்கு அச்சுறுத்தலைத் தருகிறது. அம்மாவின் சேலைக்குள் முடிந்த அளவு ஒதுங்கி அவள் பின்னால் இருந்து நடக்கும் செயல்களைப் பார்த்துக் கொண்டிருக்கிறான். அம்மா அழுதழுது ஓய்ந்திருந்தாள். அவன் கையைப் பிடித்து இழுத்து தன் மடியில் அமர்த்திக் கொண்டாள். அவளுடைய அழுத்தமான பிடி எனக்கு எதிர்காலமே நீதான் என்று அவள் கூறுவது போல் இருக்கிறது. அம்மாவின் கண்ணீர் சட்டை இல்லாமல் இருந்த இவன் முதுகில் விழுந்து உருண்டோடியது. அந்த ஈரத்தின் சிலிர்ப்பில் கண் விழிக்கிறான்.

எவ்வளவு நேரம் அவன் அங்கு மயங்கிக் கிடந்தான் என்று அவனுக்குத் தெரியவில்லை. கண்விழித்துப் பார்த்த போது கரும்புக் காட்டின் கம்பி வேலிக்கு அருகில் தரையில் கால்நீட்டிப் படுத்திருப்பது தெரிந்தது. சாலையில் போகின்றவர்கள் யாராவது பார்த்திருந்தால் ஏதோ ஒரு பிணம் கிடைக்கிறது என்றுதான் தோன்றியிருக்கும்.

அந்த நினைவே அவனுக்கு ஒரு பயத்தைத் தந்தது. துள்ளி எழுந்து உட்கார்ந்து கடைவாயில் ஒழுகி இருந்த எச்சிலைத்

துடைத்துக்கொள்கிறான். வலது கையில் அவன் கட்டியிருந்த அந்தக் கட்டு லேசாக மாறி வாய்ப்பிழந்திருக்கும் வெட்டுக்காயம் தெரிந்தது. பழத்தை இரண்டாகப் பிளந்தது போன்று கையில் குறுக்கே நீளமான காயம் தெரிந்தது. கையைச் சற்று நிமிர்த்திப் பார்த்தபோது மீண்டும் ரத்தம் சிறிதாகக் கசியத் தொடங்கியது. இன்னும் கொஞ்சம் கரும்பூட்டு இலை பறித்து இடது கையில் பிழிந்து காயத்தின் மீது ஊற்றி, துணிக்கட்டை அதன் மேல் இழுத்துவிட்டான்.

மெல்ல எழுந்து வேட்டியைச் சரி செய்துகொண்டு மீண்டும் தனது நடையைத் தொடர்ந்தான். வெயிலின் சூடு குறைந்திருந்தது. கரும்புக் காடுகள் தொடர்ந்து வந்தன. ஒரு நான்கு கிலோமீட்டர் நடந்த போது கரும்புக்காடு முடிந்து சில வீடுகளும் ஒரு மரத்தடி டீக்கடையும் தென்பட்டன. ஓடிப்போய் அந்த டீக்கடையின் முன்பாக வைக்கப்பட்டிருந்த பானையில் இருந்து அவசரமாகத் தண்ணீர் எடுத்துக் குடித்தான். அவன் தண்ணீர் குடிக்கும் வேகம் கடைக்குள் இருந்த பாட்டிக்குச் சந்தேகத்தை ஏற்படுத்தி இருக்க வேண்டும். போதாததற்கு அவன் ஆடையிலும் அவன் கையிலும் இருந்த ரத்தக் கரைகள்.

"தம்பி நீ யாரு...? ஏதாவது வெட்டு குத்து கேஸா" என்று சந்தேகமாகக் கேட்டார். அவன் தனது சொந்த ரத்தம் சிந்தி, வலியை அனுபவித்து, மயங்கிக் கிடந்து, எழுந்து வந்திருக்கிறான் என்று சொன்னால் நம்பப் போவதில்லை என்று அவனுக்குப் புரிந்தது.

கரும்புச் சோகை கையைக் கிழித்துவிட்டது என்று அவன் சொன்னதை அந்தப் பாட்டி நம்பியதாகத் தெரியவில்லை. சாப்பிட ஏதாவது இருக்கிறதா என்று கேட்டான். டீயும் போண்டாவும்தான் இருக்கிறது. உணவு ஏதும் செய்யும் வழக்கம் இல்லை என்று சொல்லி போண்டாவை ஒரு தட்டில் எடுத்துக் கொடுத்தார்.

காய்ந்த காட்டில் மழை பெய்தது போல அந்தப் பாட்டி கொண்டு வந்து வைத்த இரண்டு நிமிடத்திற்குள் எல்லாவற்றையும் தீர்த்து விட்டு மீண்டும் ஒரு தட்டு வேண்டும் என்று கேட்டான்.

"என்ன தம்பி... சோறு தண்ணி பார்த்து... வருஷம் ஆச்சு போல இருக்கு" என்று சிரித்துக்கொண்டு அடுத்த தட்டை எடுத்துக் கொண்டுவந்தார்.

அவன் சாப்பிட்டுவிட்டு எறிந்த போண்டா துணுக்குகளைத் தின்பதற்காகக் கோழிகள் ஓடி வந்தன. சாதாரண கோழிகளை விட அந்த நாட்டுக்கோழிகள் உயரமாக இருந்தன. அவன் கவனிப்பதைக் கண்ட அந்தப் பாட்டி "அது எல்லாம் சாவகட்டுக் கோழிகள். இந்தக் கோழிகளுக்கெல்லாம் ரொம்ப விலை. பத்தாயிரம் பதினைந்தாயிரம் கொடுத்து வாங்கிட்டுப் போவாங்க" என்று ஏதோ பெரிய ஆச்சரியத்தைக் கூறுவது போலக் கூறினார். அவன் தலையாட்டி ஆமோதித்தான். அவன் வளர்க்காத நாட்டுக்கோழியா?

பல பருவத்தில் உள்ள கோழிகளாக இருந்தன அவை. சேவல்கள் மைக் டைசனைப் போலக் கட்டுமஸ்த்தான உடம்போடு இருந்தன. அவை கோச்சைச் சேவல்கள். ஆத்தூர் கடவில் போலீசுக்குத் தெரியாமல் சாவக்கட்டு நடத்தியதும், அதைத்தொடர்ந்து வந்த சண்டையில் முத்துச்சாமி வெட்டுப்பட்டதும், கொண்டு போன சேவலைக் கூட விட்டுவிட்டு ஓடியதும் அவன் நினைவுக்கு வந்தன.

நாட்டுக்கோழிகளுக்கு ஒரு குடும்ப அமைப்பும் சமூக அமைப்பும் இருப்பதை அவன் பல வேளைகளில் கவனித்து இருக்கிறான். ஒரு கூட்டத்தில் எத்தனை சேவல்கள் இருந்தாலும் தலைச்சேவலுக்கு மட்டும்தான் கூவுவதற்கு உரிமை உள்ளது. கூவுவதற்கு மட்டுமல்ல எத்தனை வெடைக் கோழிகள் இருந்தாலும் அவற்றை மிதிப்பதற்கும் கூட தலைச் சேவலுக்கு மட்டும்தான் உரிமை உள்ளது என்று சொன்னால் யார் நம்புவார்கள்.

இந்தச் சமூகப் படிநிலை அவை குஞ்சுகளாக இருக்கும்போதே முடிவு செய்துவிடும். மூன்று நான்கு மாதக் குஞ்சுகளாக இருக்கும்போதே ஒன்றோடு ஒன்று கொத்தி அந்தக் கூட்டத்தில் முதல்வன் யார் இரண்டாவது நபர் யார் என்பதை முடிவு செய்துவிடும். இந்தச் சண்டையில் சில குஞ்சுகள் அதிக ரத்தம் சிந்தி இறந்து போவதும் கூட உண்டு. அடுத்த கட்ட சண்டை அவை வளர்ந்து ஒரு வருடமாகும் போது நடக்கும். அதுதான் இறுதிக்கட்டம் அந்தச் சண்டையில் முடிவானபடி தலைமை நிச்சயிக்கப்படும்.

இரண்டு மூன்று வருட வயதான சேவல்கள் தலைச் சேவல் முன்னால் கூவ முடியாமல் கூவுவதற்கு ஆசைப்பட்டு வீட்டிலிருந்து நீண்ட தூரம் சென்று யாரும் இல்லை என்று உறுதி செய்தபின் கூவிவிட்டு வருவதை இவன்

பலமுறை ஆச்சரியத்தோடு பார்த்திருக்கிறான். ஐந்தறிவு படைத்த பறவைகளுக்கே இத்தனை அதிகாரக் கட்டமைப்பு இருக்கும்போது மனிதர்களின் காரியத்தைச் சொல்லவா வேண்டும் என்று நினைத்துக்கொண்டான்.

அவன் பார்த்துக் கொண்டிருந்த போதே ஒரு தாய்க் கோழி சற்று வளர்ந்த ஒரு குஞ்சைக் கொத்தி ஒதுக்கியது. அந்தக் குஞ்சு மீண்டும் மீண்டும் தாய்க் கோழியிடம் வந்தது. தாய்க் கோழி கொத்தியது முதுகில் அதன் பொங்கு விலகி ரத்தத்தை வரவழைத்திருந்தது. அந்தக் கடைக்காரப் பாட்டியும் அதைக் கவனித்துக் கொண்டிருந்தார். அவன் தனது இடது கை தோள்பட்டைத் தழும்பைத் தடவி பார்த்துக்கொண்டான்.

“ஒரு குறிப்பிட்ட வயசானா... இப்படித்தான் ஒத்தக் குஞ்சா இருந்தாலும் தாய்க்கோழி விரட்டி விரட்டிக் கொத்தும். அப்படிப் போகாம தாய்க் கோழி கூடவே இருந்துதுன்னா... அது வளராது இல்லையா?” பாட்டி தாய்க்கோழிக்கு வக்காலத்து வாங்கினார்.

உண்மையிலேயே அந்தக் குஞ்சின் வளர்ச்சிக்காகவா அல்லது குஞ்சு செய்த தவறுகளை நினைத்தா அல்லது கோழியின் அடுத்த கட்ட வாழ்வை நினைத்தா இப்படி அந்தக் கோழி கொத்தி ஒதுக்குகிறது என்று நினைத்தான்.

ஒரு கட்டத்தில் அந்தக் குஞ்சு தாய்க்கோழியிடம் போகாமல் திரும்பி ஏதோ முடிவு செய்தது போல, பக்கத்தில் இருந்த கரும்புக் காட்டுக்குள் சரசரவென்று உள்ளே சென்றது.

“டேய் ஆனந்த்... உன்னோட கோழிக்குஞ்சு கரும்புக் காட்டுக்குள்ள போகுதுடா போய் பிடிச்சுட்டு வாடா... இல்லாட்டி குள்ளநரி கீது பிடிச்சிட்டு போயிடும்...” சத்தமாக அந்தப் பாட்டி கடைக்குப் பின்னாலிருந்த வீட்டை நோக்கிக் கூப்பிடுகிறார். அந்தப் பையன் கரும்புக் காட்டினுள் ஓடினான்.

சாப்பிட்டதற்கான காசைக் கொடுத்துவிட்டு எழுந்து அவனது நடையைத் தொடர்ந்தான். அந்தக் கோழிக்குஞ்சு அவன் மனதில் வந்து போனது. தான் பார்க்கும் காட்சிகள் எல்லாம் ஏதோ ஒரு வகையில் தனது வாழ்வோடு பின்னிப் பிணைந்து இருப்பது போன்ற ஒரு பிரம்மை அவனுக்கு ஏற்பட்டது. சாதாரணமாக நடக்கும் நிகழ்வுகளைத் தனது வாழ்க்கையோடு தானே இணைத்துப் பார்க்கிறோமா அல்லது இயல்பாகவே இவை நடக்கின்றனவா என்று அவன் நினைத்துக் குழம்பினான்.

இப்போது அவனது ஊர் தூரத்தில் தெரிந்தது. அதன் முன்னோடியாக அந்த வாசம் அவன் மூக்கைத் துளைத்தது. எத்தனை ஸ்வச் பாரத் திட்டங்கள் கொண்டு வந்து அரசாங்கம் எத்தனை கழிப்பிடங்கள் கட்டிக் கொடுத்தாலும் மந்தையில் போய் "காத்தார" வெளிக்குப் போகின்றவர்களைத் திருத்தவே முடியாது. ஊருக்குப் போகும் சாலையின் இருபுறமும் வகை வகையான மலங்களின் அணிவகுப்பு ஒவ்வொருவரையும் மூக்கை அழுத்திப் பிடிக்கச் செய்யும். இந்த மல அகழியைத் தாண்டித்தான் ஊர்க் கோட்டையை அடைய முடியும்.

வடக்குத் தெருமுனைக்கு அவன் வந்துவிட்டான். எட்டு ஆண்டு கால இடைவெளி என்பது சிறிய இடைவெளி அல்லவே. அவன் மனதில் ஏற்பட்டது போலவே பல மாற்றங்கள் அந்த ஊரிலும் வீடுகளிலும் தெருக்களிலும் ஏற்பட்டு இருப்பதை அவன் பார்த்தான்.

புதிய மாற்றங்கள் வந்திருப்பினும் தனது வீட்டின் கம்பீரம் இன்னும் குறையாமல் இருப்பதைப் பார்த்தபோது அவன் மனதில் கொஞ்சம் கர்வம் தோன்றியது. வீராப்போடு நின்றிருந்த வீட்டின் கேட்டை மெல்ல சத்தம் இல்லாமல் திறந்தான். வீட்டின் முன்னால் யாரையும் காணவில்லை. கோவில் படி போல் பாறைகளை வைத்து அடுக்கிய வாசப்படியின் மீது தயங்கித் தயங்கிக் காலை எடுத்து வைத்தான். ஆறடி உயரமும், ஆஜா பாகுவான உடற்கட்டும், கம்பீரமாக வைத்திருந்த அருவாள் மீசையும் தனது வலிமைகளை இழந்து கொத்துப்பட்டு போன கோழிக் குஞ்சின் மனநிலைக்கு மாறுகின்றன. நடுக்கத்தோடு கதவைத் தட்டினான். உள்ளிருந்து மென்மையாக யாரோ நடந்து வரும் ஓசை அவன் நடுக்கத்தைக் குறைத்தது.

## எனக்கான சரி

மூச்சுக்காக வாயைத் திறந்தபோது கொடகொட வென்று மூக்கிலும் வாயிலும் தண்ணீர் உள்ளே சென்றது. மூச்சுவிட முடியாததால் ஏற்பட்ட மரணப் போராட்டம் காது வழியாகவும் கண் வழியாகவும் ரத்தம் கொட்டுவது போன்ற உணர்வை ஏற்படுத்தியது. கையையும் காலையும் தாறுமாறாக அடித்துக்கொண்டாள். எப்படியாவது தண்ணீருக்கு மேலே வந்து மூச்சு விட முடியுமா என்று முயற்சி செய்தாள். தனது இடுப்பில் கட்டியிருந்த கயற்றின் இறுதியில் இருந்த கல் அதற்கு அனுமதிக்கவில்லை. தனக்கு நீச்சல் தெரியும் என்பதால் மேலே வந்துவிடக்கூடும் என்று முன்கூட்டியே திட்டமிட்டுக் கல்லைக் கட்டிக்கொண்டு கிணற்றினுள் குதித்திருந்தாள். இந்த மரணப் போராட்டம் எல்லாம் சில வினாடிகள் மட்டும்தான். பட் பட்டென்று அவளை இணைத்திருந்த கட்டுக்கள் அறுந்து விழுந்தன. நூலறுந்த நைட்ரஜன் பலூன் போல மிக லேசாக மேலே பறந்தாள். வலிகள் அற்ற, சுமைகள் அற்ற இந்தப் பறத்தல் அவளுக்கு மிகவும் பிடித்திருந்தது. மேலிருந்து அவள் கீழே கிணற்றைப் பார்த்தபோது அவளது உடல் தலைக்குப்புறக் கிணற்றில் தண்ணீருக்குள் மிதந்து கொண்டிருந்தது.

வாழைத் தோட்டத்தில் தண்ணீர் பாய்ச்சிக் கொண்டிருந்த சின்னராசு ஒரு பாத்திக்கு மடைமாற்றி விட்டுவிட்டு அடுத்த பாத்தியில்

அமர்ந்து, "அப்பா என் மேல இப்படி எதுக்கு வெறுப்பைக் கொட்றாரு?" என்று யோசித்தான்.

எத்தனை யோசித்தும் அதற்கான பதில் கிடைக்காமல் குழம்பிக்கொண்டிருந்தான். இவ்வளவுக்கும் அப்பா சொல்லும் அனைத்து வேலைகளையும் ஒரு வார்த்தை கூடத் தட்டிப் பேசாமல் விழுந்து விழுந்து செய்து கொடுப்பவன் சின்ராசு தான். இருப்பினும் அவனது அப்பா அவனைக் காணும் போதெல்லாம் எரிந்துவிழத் தவறுவதே இல்லை. இதை சின்ராசு உணரத் தொடங்கியது இன்று நேற்றல்ல. அவனுக்கு நினைவு தெரிந்த நாள் முதலே இப்படித்தான் அவர் எரிந்து விழுந்துகொண்டிருந்தார். அவன் பத்தாம் வகுப்பில் 90 சதவீத மதிப்பெண்கள் பெற்றும் கூட அவனை மேலே படிக்க வேண்டாம் என்று கூறி மாடு மேய்க்கச் சொல்லிவிட்டார். அப்பாவை மதிக்காத பாலு அண்ணன் மீது அவர் பரிந்து பரிந்து கரிசனை காட்டுவதைப் பார்க்கும்போது சின்னராசுவுக்குக் கொஞ்சம் பொறாமையாகக் கூட இருப்பதுண்டு. எங்காவது ஓடிப்போய் விடலாமா என்று பல நாட்கள் சிந்தித்தது உண்டு. ஆனால், தன் மீது உயிரையே வைத்திருக்கும் அம்மாவை நினைக்கும்போது அந்த எண்ணத்தை மாற்றிக் கொள்வதுண்டு.

காலில் ஏதோ ஊர்ந்து செல்வதை உணர்ந்து துள்ளி எழுந்தான். அவன் மடைமாற்றி விட்ட பாத்தி நிறைந்து ஓட்டை மடை போட்டு அடுத்த பாத்தியில் அமர்ந்திருந்த அவன் கால்களின் மீது தண்ணீர் நிறைந்துகொண்டிருந்தது. ஓடிச்சென்று ஓட்டையை அடைத்து அடுத்த பாத்திக்குத் தண்ணீரைத் திறந்து விட்டான்.

"மோட்டாரை நிறுத்திவிட்டுச் சாப்பிட வா" என்று அம்மா கூப்பிடுவது கேட்டது.

"என்ன மல்லி... பாலன் கூட சண்டையா? உங்களுக்குள்ள ஏதோ சத்தமா இருந்தது என்ன ஆச்சு?"

"இல்லீங்க அத்தெ... சண்டை எல்லாம் ஒன்னுமில்ல. நேத்து புண்ணியர்சனைக்குப் பெரிய அத்தெ வீட்டுக்குப் போனப்போ குத்துவிளக்கு எடுத்து புது வீட்டுக்குள்ள வைக்கச் சொன்னாங்க. நான் வெளக்க எடுத்துட்டு உள்ள போனப்ப, பூச்சி புழுவு இல்லாதவங்க வெளக்கெடுத்தா வெளங்காதுன்னு மணி அக்கா சாட பேசினதைக் கேட்டு சிரிச்சிட்டு இருந்தாரு இவுரு. ஏன் திருப்பி ஒன்னும் சொல்லலேன்னு கேட்டுட்டு இருந்தேன்."

“மணியாத்தாள செருப்பால அடிச்சு கருப்பட்டியக் கையில கொடுக்கணும். என் மருமகளைப் பார்த்து சாட பேசுற அளவுக்குப் பெரியாளு ஆய்ட்டாளா அவ?”

“புள்ள பெத்துக்காட்டி இந்த உலகத்துல வாழவே முடியாது மாதிரி இருக்கு.”

“மல்லி… கவலைப்படாதே நானும் கல்யாணம் ஆகி எட்டு வருஷம் கழிச்சுதான் பாலனப் பெத்தே. இந்தச் சொல்லும் சூடு எல்லாம் நானும் கேட்டு இருக்கேன். இப்ப உங்களுக்கு என்ன வயசு ஆயா போச்சு? இப்ப ஏழு வருஷம் ஆயிடுச்சு அடுத்து வருஷத்துக்குள்ள நீ குழந்தை பெத்துக்குவே பாரு.”

“இல்லீங்க அத்தை அப்படி நடக்கும்னு எனக்குத் தோணலை. நேத்து மாமா இவர் கிட்ட வேற கல்யாணத்தைப் பத்திப் பேசிட்டு இருக்குறதே நான் கேட்டேன். எனக்கு வாழ்க்கையே வெறுக்குது. பேசாம எங்க அம்மா வீட்டுக்குப் போய்டலாமான்னு பார்க்கிறேன்.”

“உங்க மாமனுக்கு ஒரு விவஸ்தையே இல்ல. நான் உயிரோடு இருக்கிறப்ப அப்படி ஒரு கல்யாணம் நடக்கும்னு நீ நினைக்கிறயா? கெழவி தொடாளோ சோறு எளகாதோன்னு இளைய குடி கட்டுறதுக்கு நாக்க தொங்க போட்டுட்டு இருக்காங்க. அதெல்லாம் வெறும் நப்பாசை. நீ கவலப்படாதெ அப்படி எல்லாம் ஒன்னும் நடக்காது. நீ காலையில காப்பி குடிச்சிட்டு பருத்தி காட்டுக்கு ஆளுக வந்து இருக்காங்க அவங்க கூட போய் நில்லு. கொட்டைப் பருத்திய விட்டுட்டு வந்துடுவாங்க. ஓரம் பாரம் எல்லாம் பருத்திய பார்த்து எடுக்கச் சொல்லு.”

அத்தை கூறிய சமாதானங்கள் மல்லிகாவுக்கு ஆறுதலாக இருந்தன. இருப்பினும் திரும்பும் இடமெல்லாம் அவளால் மலடி என்ற குத்துப் பேச்சைத் தாங்கிக் கொள்ளவே முடியவில்லை. யாருக்கும் தெரியாமல் ஒருநாள் கட்டாயப்படுத்தி பாலனை டவுன் ஆஸ்பத்திரிக்கு அழைத்துப்போய் ரெண்டு பேரும் சோதனை செய்து பார்த்தபோது மல்லிகாவுக்கு எந்தப் பிரச்சினையும் இல்லை என்றும் பாலனுக்குத்தான் குழந்தை பிறக்காது என்றும் பரிசோதனை முடிவு கிடைத்ததை அவன் யாரிடமும் சொல்லக்கூடாது என்றும் சொல்லிவிட்டதால் அத்தையிடம் கூட மல்லிகா அதைப் பற்றி எதையும் சொல்லவில்லை. இதெல்லாம் தெரிந்தும் பிறர் மல்லிகாவைக்

காயப்படுத்தும் போது அதை ஆமோதிப்பது போல் பாலன் மௌனம் சாதிப்பதை அவளால் தாங்கிக்கொள்ளவே முடியவில்லை.

பணக்கார வீட்டில் வாழ்க்கைப்பட்டும், தோழியைப் போல் ஒரு மாமியார் கிடைத்தும் மல்லிகாவால் அந்த வாழ்வை அனுபவிக்க முடியவில்லை. நேற்று பாலனிடம் இளையதாரம் கட்டும்படி சொன்ன மாமனாரின் அறிவுரைக்குப் பாலன் எந்த மறுப்பும் சொல்லாமல் ஆமோதித்தது மல்லிகாவுக்குத் தாங்க முடியாத கோபத்தை ஏற்படுத்தியது. குழந்தை இல்லாததற்குத் தான்தான் காரணம் என்று அவன் சொல்ல வேண்டியது தானே. சொல்லக்கூடாது என்று தன்னிடம் சத்தியம் வாங்கி விட்டுப் பிறரிடம் தன்னை விட்டுக் கொடுப்பது எவ்வளவு சுயநலம் என்று யோசித்துக்கொண்டே பருத்திக் காட்டுக்கு வந்து சேர்ந்தாள்.

அந்த அதிகாலை நேரத்தில் பருத்திக்காடு சிரித்துக் கொண்டிருந்தது. நல்ல பருத்திப் பிஞ்சு ஒன்றைப் பறித்து மென்று கொண்டு பெரியமடி கட்டிக் கொண்டிருந்த ஆட்களிடம் பருத்தியை விடாமல் எடுக்கச் சொல்லிவிட்டுத் தானும் மடி கட்டிப் பருத்தி எடுக்கத் தொடங்கினாள்.

“நீங்க போய் பொளில உட்காருங்க கவுண்ட்சி... நீங்க எதுக்குப் பருத்தி எடுக்கிறீங்க? நீங்க மட்டும்தான் எங்கக் கூடச் சேர்ந்து வேலை செய்யறது. வேற எந்தக் காட்டுக்குப் போனாலும் எல்லாரும் மேல நின்னு வேலைதான் வாங்குவாங்க.” என்ற சுப்பாத்தாளிடம் ஒரு சிரிப்பைப் பதிலாகத் தந்துவிட்டுப் பருத்தி எடுப்பதில் மும்முரமாக இருந்தாள் மல்லி. வழுவிலிருந்து வந்திருந்த 10 பெண்கள் கேலியும் கிண்டலுமாகப் பேசிக்கொண்டு பருத்தி எடுத்துக்கொண்டிருந்தனர். கூட்டத்தில் வயது முதிர்ந்த கருப்பாளிடம் வயதில் இளைய பெண்கள் கேலி செய்து கொண்டிருந்தனர்.

“நாங்க கைமாறிப் போனாலும் கௌவிக்கிப் பாத்தி தீராது போல்ருக்கு?” என்று கிண்டினாள் ராசம்மாள்.

“பழுத்தோலையப் பார்த்து குருத்தோலை சிரிச்சுதாம் அந்தக் குருத்தோலை பழுத்தோலை ஆக எத்தனை நாளாகும்? போங்கடி நான் பாக்காத்த பாத்தியா? ... மல்லிக்கண்ணு பெரிய கவுண்ட்சி வர்லீங்களா?”

"இல்ல கருப்பா... அத்தைக்கு வீட்டில கொஞ்சம் வேலை இருக்கு அதை முடிச்சிட்டு வரேன்னு சொன்னாங்க."

"நேத்து விசேஷ வீட்டில வச்சு மணியாத்தா உங்களை ஏதோ சாட பேசினாளாமா? நாக்கப் புடுங்குற மாதிரி நறுக்குன்னு ஏதாவது சொல்லி இருக்கலாம் இல்லெ?" மல்லியை நினைவூட்டினாள் இராசம்மா. மல்லி அதற்குப் பதிலேதும் பேசாமல் வேலையில் ஈடுபட்டிருந்தாள்.

"அந்தக் காலத்தில பெரிய கவுண்ட்சி கேக்காத சொல்லுஞ் சூடுமா?... பொம்பளைகளைக் கொறை சொல்றதே இந்த நாய்களுக்குப் பொளப்பா போச்சு. கோடீஸ்வரன் ஊட்ல இருந்து வந்து அந்த அம்மணி பட்ட கஷ்டம் சொல்லிமாளாது." அங்கலாய்த்தாள் கருப்பாள்.

"இங்க என்ன குறைச்சல்? இங்கேயும் நல்லாதானே இருக்காங்க?" ராஜி கதை கேட்கும் ஆர்வத்தில் எடுத்துக் கொடுத்தாள்.

"இங்கே ஒரு பொங்கும் இல்லெ ஒரு மசுரும் இல்லே. வெறும் குத்தகக் காடு ஓட்டிட்டு குப்பை கொட்டீட்டு இருந்தாங்க. மச்சூட்டு சரசு கவுண்ட்சிய கண்ணும் கையும் காட்டி மயக்கி இவுங்க மாமனாரு கூட்டிட்டு ஓடி வந்துட்டாரு. அப்புறம் வந்ததுதான் இந்த சொத்து சொகம் எல்லாம். சரசு கவுண்ட்சி வர்றப்போ எட்டு வள்ளக் காட்டோட வந்தாங்க தெரியுமா. அந்த அம்மணி ஒத்தப் புள்ளையா இருந்ததுனால எல்லாக் காடுகரையையும் இவுங்களுக்கே கொடுத்துட்டாங்க. அப்படி இருந்தும் கொஞ்சமா பாடு படுத்தினாங்க?" கருப்பாவின் மனதில் பழைய காட்சிகள் விரிந்தன.

"அப்படி என்ன பாடு படுத்தினாங்க?"

"பெரிய கவுண்டர் பெரிய மைனரு. ஊரெல்லாம் சகவாசம் தான். வேலைக்கு வர்ற பொண்டுகளெக் கூட விட்டு வைக்க மாட்டார். நான் இங்கே பண்ணயத்திலேயே இருந்து வளந்ததுனால எங்கிட்ட ஒன்னும் பேசினது இல்ல. நம்ம வளுவு பொம்பளைங்க எல்லாம் கதகதயாச் சொல்லுவாங்க."

"கருப்பா கௌவி சொல்றதைப் பார்த்தா ஒன்னுமே தெரியாத பாப்பா ஓடிப்போய் போட்டாளா தாப்பாங்ற மாதிரி இல்ல இருக்குது. ரெண்டாவது பையன் வடக்காலக்காட்டு கண்ணய கவுண்டர் மாதிரிதான் இருக்கான்னு சொல்றது நெசந் தானே?" சிவகாமி கருப்பாளைச் சீண்டினாள்.

“ஆமாண்டி நீங்க எல்லாம் இன்னைக்குச் சாட பேசுறீங்க. நம்ம வாழ்றதுக்கு வழி இல்லாம வயித்துப் பொழப்புக்குக் கூலிக்குப் போனா, இழுத்துப் புடுச்சு வயித்த நிரப்பினா என்ன பண்ணித் தொலைக்கிறது. கேக்குறதுக்கு நாதி இல்லை. சகுச்சிட்டு பெத்து வளர்த்த வேண்டியதுதான்.”

“நானா இருந்திருந்தா கருக்கறுவா எடுத்து வெறுக்குன்னு அறுத்துப் போட்டு இருப்பேன்.”

“இந்தக் காலம் மாதிரி போனு, டிவி எல்லாம் அந்தக் காலத்தில இல்லெ. எதுத்துப் பேசுனவங்க எல்லாம் இன்னிக்குப் போன இடம் தெரியல. கிழக்கால கெணத்து மேட்டு தென்னம்பிள்ளை தளதளன்னு காச்சு நிக்குதே ஏன்னு தெரியுமா? பெருசா பேச வந்துட்டாளுக.”

“என்ன கருப்பா கதை எல்லாம் பலமா போகுது. யார் கதை ஓடிட்டு இருக்குது?” என்று கேட்டுக் கொண்டே சரசு அங்கு வந்து சேர்ந்தார்.

“சும்மா பழைய கதை பேசிட்டு இருந்தேன் அவ்வளவுதானுங்க.”

“எல்லாரும் கைச்சுடியா செய்யுங்க. இன்னைக்கு இந்தக் காட்ட முடிக்கோணும். நாளைக்குப் பாறமேட்டுக் காட்டுக்குப் போகலாம்” என்று கூறிக்கொண்டு தானும் மடிகட்டிப் பருத்தி எடுக்கத் தொடங்கினார் சரசு.

“டே... பாலு.. அந்த வட்டலக் கழுவி கொஞ்சம் சோறு போட்டுட்டு வா... பசி உசுர் போகுது” என்றவாறு சரசு பருத்திக் காட்டில் இருந்து களைத்து வீட்டுத் திண்ணையில் வந்து அமர்ந்தார்.

“மல்லி வரலீங்ளாமா... அவளுக்கு நான் சோறு எடுத்துட்டுப் போறதா?”

“வேண்டாண்ணா நான் போயி ஆளுக கிட்ட நின்னுட்டு அண்ணிய வரச் சொல்றேன்.” சின்ராசு பருத்திக் காட்டை நோக்கி நடந்தான்.

“பாலா உனக்குக் கொஞ்சமாவது அறிவு இருக்காடா... உங்க அப்பனுக்குத்தான் புத்திகெட்டுப் போச்சுன்னா உனக்குமா. நேத்து எளையகுடி கட்றேன்னு சொன்னியாமா?”

“நான் சொல்லலீமா... அப்பாதான் கட்டாயப்படுத்தினாரு. ஒரு புள்ளை இல்லாம பாவூட்டு சொத்தா போகவேண்டாம்னு அவர்தான் சொன்னாரு.”

“நான் தெரியாம கேட்கிறேன் உனக்குக் குழந்தை பிறக்காதுன்னு மல்லி வேற ஒரு கல்யாணம் பண்ணுணா நீ ஒத்துக்குவியா? அந்தக் குழந்தையை உன்னோட குழந்தையா ஏத்துக்குவியா?”

“ஏம்மா இப்படி விதண்டாவாதமா பேசுறீங்க? ஒரு அம்மா பேசுற பேச்சா இது?”

“நான் பேசறதே உனக்குப் பொறுக்குலயே... நீ கல்யாணம் பண்ணிக்கப் போறேன்னு சொல்றப்ப மல்லிக்கு எப்படி இருக்கும்?”

“என்னடா உங்கம்மா பெருசா நீட்டி அளக்குறா...? அவ பேச்சக் கேக்காதெ... இந்தச் சொத்து நாதி இல்லாமப் போய்டும். பேசாம சின்னக்கா பேத்தியைக் கட்டிக்கோ. உனக்குக் குழந்தை இல்லாட்டி இந்தக் கொலம் விளங்காது.”

“ஏன் கொலம் விளங்காது. நமக்கு இன்னொரு பையன் இருக்கான் இல்ல. அவனுக்குத் தெக்க வடக்க பார்த்து ஒரு கல்யாணத்தைப் பண்ணி வச்சா கொசக்கொசன்னு குழந்தை பெத்துக்கப் போறான்.”

சரசுவை உக்கிரமாக முறைத்துவிட்டுக் கோபத்தை அடக்கிக் கொண்டு பாலுவின் அப்பா படார் என்று எழுந்து வீட்டுக்குள் போய்,
“பாலா அடுத்த வாரம் புதன்கிழமையன்னைக்கு யார் என்ன சொன்னாலும் சரி நீயும் நானும் பில்லூர் போய் பொண்ணு பார்க்கத்தான் போறோம் யார் தடுக்கிறாங்கன்னு பாக்கலாம்” என்றொரு முடிவோடு கூறினார்.

“பாலா இந்தாள் பேச்சைக் கேட்டு நீ ஒரு பொண்ண கட்டிட்டு வந்தா... நான் மல்லிக்கு ஒரு மாப்பிள்ளை பார்த்து கட்டி வைப்பேன்... இது வெறும் பேச்சல்ல... என் பேர்ல இருக்கிற சொத்து சொகத்தை எல்லாம் அவ பேருக்கு எழுதி வச்சிருவேன். ஜாக்கிரதை.”

“எட்டு வள்ளக் காட்டுக்காரிங்கிற திமிரில் தானே அவ பேசுறா... இதுக்குத்தான் ஆட்டுக்கு வாலெ அளந்து வக்கணும்ங்கறது. இன்னைக்கு இந்தச் சொத்தெல்லாம் என் பேர்ல இருந்திருந்தா

இப்படி அவ பேசுவாளா? அவ சொத்து இல்லாட்டி மயிறு போச்சுடா கையுங்காலும் இருக்குதுல்ல... கூலிக்குப் போனாலும் தப்பில்ல... நீ ரெண்டாம் தரம் கட்றே அவ்வளவுதான்...” முடிவோடு உரக்கச் சொன்னார்.

“பாலா நீ பொங்கு பொறந்தவன் போறத பாரு அங்க ரெண்டு போடு போட்டு வாரதைப் பாருன்னு நீ அவமானப்பட்டு வந்தாதான் உனக்குப் புத்தி வரும் இந்த ஆள் சொல்ற மாதிரி நீ போடா...” மேற்கொண்டு பேச விரும்பாமல் சரசு தோட்டத்துக்குள் எழுந்து நடந்தார்.

காலை நேர வாழைத்தோப்பு பனியில் மூழ்கி ஜில்லென்று இருந்தது. சள்ளை வைத்துக் கட்டிய உயரமான கோணைக்கத்தியில் நல்ல குருத்து இலைகளாகப் பார்த்து சரசு அறுத்துக் கொண்டிருந்தார். அந்த இலைகளை இரண்டு கையிலும் தாங்கிப்பிடித்தவாறு மல்லி பின்னால் சென்று கொண்டிருந்தாள்.

“மல்லி முதல்ல எல்லாம் நீ கலகலப்பா எப்படி பேசிட்டு இருப்பே... வரவர உன் பேச்சே கொறஞ்சு போச்சு... எப்பப்பாரு எதையாவது யோசிச்சிட்டே இருக்கே... என்னாச்சு உனக்கு?”

“ஒன்னும் இல்லைங்க அத்தே... எனக்கு ஒரு குழந்தை வேணும். நாளைக்கு மாமனும் இவரும் பொண்ணு பார்க்கப் போறாங்களாம்... பொண்ணு வீட்டுக்காரங்க சரின்னு சொல்லிட்டாங்கன்னா. உடனே கல்யாணம் நடக்கும்னு பேசிக்கிறாங்க.”

சுற்றுமுற்றும் பார்த்து யாரும் இல்லை என்பதை உறுதி செய்துகொண்டு சரசு மல்லியின் காதில் “உனக்கு அவ்வளவு ஆசையின்னா வா டவுனுக்குப் போய் ஊசி போட்டுட்டு வந்திடலாம். ஆம்பள கூட படுக்காமயே குழந்தை பெத்துக்கலாம். போலாமா..?”

திடுக்கிட்ட மல்லி “அது தப்பு இல்லீங்களா அத்தே...?” என்றாள்.

“மல்லி... தப்பும் சரியும்னு ஒண்ணுமில்ல. யார் செய்யறாங்கங்கிறதப் பொருத்துத்தான் அது தப்பா சரியான்னு முடிவு செய்யப்படுது. ஆம்பள செஞ்சா அது தப்பு இல்ல பொம்பள செஞ்சா அது தப்பு. இந்த அநியாயத்தை நான் அனுபவிச்சுத் தீர்த்துட்டேன். நீ அனுபவிக்க நான்

விடமாட்டேன். உன் மனசுக்கு எது சரின்னு படுதோ அதை செய். நான் கூட இருப்பேன்."

பெத்த தாயை விட அக்கறையோடு தனது நன்மைக்கு வேண்டி சிந்திக்கும் இவளிடம் இவ்வளவு நாள் ஒரு உண்மையை மறைத்தது எவ்வளவு பெரிய தவறென்று யோசித்தாள். சத்தியம் செய்தது உறுத்தலாக இருப்பினும் சொல்லிவிடவேண்டும் என்ற தீர்மானத்தோடு,

"அத்தை நான் ஒரு விஷயம் சொல்லணும். ஆறு மாசத்துக்கு முன்னால நானும் அவரும் டவுனுக்கு போயி ஆஸ்பத்திரியில பரிசோதனை பண்ணி பார்த்தப்போ அவருக்குத்தான் பிரச்சினை, குழந்தை பிறக்காதுன்னு சொன்னாங்க. இதெ யார் கிட்டயும் சொல்லக் கூடாதுன்னு சத்தியம் வாங்கிட்டாரு. அதனாலதான் இத்தனை நாள் உங்க கிட்ட சொல்லல. என்ன மன்னிச்சிடுங்க அத்தெ" என்றாள்.

சிறிது நேரம் மௌனமாக இருந்துவிட்டு,

"இதைத் தெரிஞ்சுக் கிட்டுமா பாலன் இரண்டாவது கட்றான்?" என்றார் நம்பமுடியாமல்.

மல்லி கூறியதன் அதிர்ச்சியிலிருந்து வெளிவராமல் அவசரமாக ஐந்து இலைகளை அடுக்கி ஒவ்வொரு அடுக்காக வைத்து 20 அடுக்கை இரண்டு புறமாக வைத்து மடக்கிச் சுற்றிலும் காய்ந்த சருகுகளைப் பரப்பி ஒரு இலைக்கட்டை இருவருமாக உருட்டிக் கட்டி அதைத் தூக்கி ஒரு வாழையில் சரித்து வைத்துவிட்டு இருவரும் அணிந்திருந்த ஆண்களின் முழுக்கைச் சட்டையைக் கழட்டிக் கொண்டு வீட்டை நோக்கி நடந்தனர். இருவரின் சிந்தனையும் வெவ்வேறு கோணங்களில் சஞ்சரித்ததால் ஏற்பட்ட அடர்த்தியான மௌனம் அந்த வாழைத் தோப்பையும் அமைதியடையச் செய்தது.

தளதளவென்று இருந்த கிழக்காலக் கிணத்து மேட்டுத் தென்னை மரத்தில் சாய்ந்து சரசு அமர்ந்திருந்தார். அண்ணாந்து அந்த தென்னை மரத்தைப் பார்த்தபொழுது மட்டை தெரியாமல் குலைகுலையாய்க் காய்த்து இருந்த தேங்காய்கள் அவளைக் கண் விழித்துப் பார்த்து மிரட்டுவது போல் இருந்தது. வள்ளியின் ரத்த சாட்சியாக நிமிர்ந்து நின்ற அந்தத் தென்னை மரம் தனது ஆங்காரத்தை அடக்க முடியாத நீலியைப் போல அங்கும் இங்கும் ஆடிக்கொண்டிருந்தது.

"மகராசி விட்ட சாபம் மாளாம பலிக்கும்னு சொல்லுவாங்களே அப்படித்தான் பலிச்சிடுச்சோ? வள்ளிக்குத் தான் பாவச்சித்தம் செஞ்சுட்டோம்னு நினைப்பது முட்டாள்தனம் போல இருக்கு." தனக்குப் பிறந்த இரண்டாவது குழந்தை சாபிள்ளயா போனதை யார் கிட்டயும் சொல்லாம தன் புருஷன் சுப்பையன் செஞ்ச அக்கிரமத்தால பிறந்த குழந்தையோட பழனிக்குத் துரத்திவிட்ட மாதாரிப் புள்ளை வள்ளியின் கைக்கொழந்தய எடுத்துட்டு வந்து தன்னோட குழந்தைனு வளத்துனதால... தன் புருஷன் செஞ்ச தப்பு எல்லாம் இல்லாம போய்விடுமா என்ன? என்னதான் இருந்தாலும் அவள வாழ விடாத பாவிகதானே? என்று பலவாறாகச் சிந்தித்துக்கொண்டிருந்தார்.

அந்தத் தென்னை மரத்தில் சாய்ந்து வெகு நேரம் அமர்ந்திருந்தார். திட்டவட்டமாக எந்த முடிவையும் எடுக்க முடியாமல் அப்படியே அந்த மரத்தின் கீழ் படுத்துத் தூங்கிவிட்டார்.

பாலனுக்குப் பெண் பார்க்கப் போவதற்கு சின்ராசுவையும் சரசுவையும் பாலன் கட்டாயப்படுத்திக் கூப்பிட்டும் இருவரும் மறுத்துவிட்டனர். பாலனின் இந்த முடிவை சின்ராசுவினால் ஜீரணிக்கவே முடியவில்லை. சாமி சிலை போல அழகே வடிவான, பாசமான அண்ணி இருக்கும்போது அண்ணன் ஏன் இப்படிச் செய்கிறான் என்று குழம்பினான் அவன். மாடுகளை அண்ணாங்கால் போட்டு கட்டைச் சோள காட்டுக்குள் விட்டு விட்டுத் திரும்ப வந்து மோட்டார் எடுத்துவிட வடக்குக் கிணத்துப் பக்கம் வந்துகொண்டிருந்தான் அவன். கிணற்றுத் தண்ணீரினுள் தொப்பென்று ஏதோ விழும் சத்தம் கேட்டது. கிணற்று மேட்டில் இருந்த தென்னை மரத்திலிருந்து தேங்காய் விழுந்திருக்கலாம் என்று யோசித்தவாறே கிணற்றை எட்டிப் பார்த்தான்.

குளம் போன்று ஆழ அகலமாக இருந்த கிணற்றினுள் ஏதோ ஒரு மனித உருவம் மூச்சுக்குப் போராடிக் கொண்டிருப்பது தெரிந்தது. அடுத்த வினாடியே தனது வேட்டியைக் கழட்டி எறிந்துவிட்டுக் கிணற்றுக்குள் குதித்தான். தலைகுப்புறக் கிடந்த அந்த உருவத்தை முடியைப் பிடித்து மேலே உயர்த்தியபோது உடலின் ஒவ்வொரு அணுவிலும் அதிர்ந்தான். மல்லி மூச்சற்று மயங்கிக் கிடந்தாள். அவசரமாக அவளது முடியைப் பிடித்துப் படிக்கட்டின் அருகிலிருந்த திட்டை நோக்கி இழுத்து வந்தான். அவளை மேட்டின் மேல் இழுத்துக் குப்புறக் கிடத்தி முதுகில் அமர்த்தி அவள் வயிற்றிலும் நுரையீரலிலும் இருந்து

தண்ணீரைக் களைந்தான். அவன் செய்த முதல் உதவியில் இருமிக்கொண்டே கண்விழித்தாள் மல்லி. சுயநினைவுக்கு வந்த மல்லியின் நீண்ட புலம்பல்கள் அவனது அழுத்தமான அணைப்பினுள் காணாமல் போயின.

பலமாக இரண்டு மேகங்கள் உரசிக் கொண்டன. கண் கூசும்படியான மின்னலைக் கண்டு அதிர்ந்து நடுங்கியது இடி. வானில் நடக்கும் இந்தக் கலவரங்களை மௌனமாகப் பார்த்துக்கொண்டிருந்தது பூமி. மிகப் பெரிய மழை வரப்போவதை உணர்ந்து வெளிக் கதவை அடைத்துவிட்டு மின் இணைப்பைத் துண்டித்துவிட்டு சரசு முன்னறைக்கு வந்தார். தொலைக்காட்சியில் மூழ்கியிருந்த சுப்பையனுக்குச் சுர்ரென்று கோபம் வந்தது. தனது அனைத்து மகிழ்வுகளுக்கும் தடையாக இருக்கும் இவளை என்ன செய்யலாம் என்று ஒரு கணம் யோசித்தார். தனக்கான சரிகள் தனக்கான சரிகளாக மட்டும் இருப்பதையும் அவளது சரிகள் பொதுவான சரிகளாக இருப்பதால் தான் தன்னால் ஒன்றும் செய்ய இயலவில்லை என்பதை உணர்ந்து பேசாமல் எழுந்து வெளியே போனார்.

“இது எப்படி நடந்தது? உன் முன்னால வெச்சித்தானே டாக்டர் சொன்னாரு. எனக்குக் குழந்தை பிறக்காதுன்னு அப்புறம் எப்படி நீ ரெண்டு மாசமா முழுகாம இருக்கிற? இது எப்படி என் குழந்தையாகும்?” கோபத்தில் கத்தினான் பாலு.

“நீங்க பேசறதைப் பார்த்தா நான் தப்பா நடந்து முழுகாம இருக்கேன்னு சொல்றிங்களா?”

“இது என் குழந்தைதான் என்பதுக்கு என்ன அத்தாட்சி?”

“கூட படுத்து கும்மாளம் போட்டீங்களே அதுதான் அத்தாச்சி. இல்லாட்டி ஊரறிய உலகம் அறிய நான்தான் மலடன் எனக்குத்தான் குழந்தை பெத்தக்க வக்கில்லைன்னு சொல்லுங்க...”

“அடுத்த வாரம் என் கல்யாணம்னு அதைத் தடுக்கத்தானே இந்த நாடகம் போடுறே?”

“நேத்து நான் ஆஸ்பத்திரிக்குப் போய் பரிசோதனை பண்ணி டாக்டர் சொன்னதைத்தான் நான் இங்கு சொன்னேன். சொந்தப் பொண்டாட்டி முகத்தைப் பார்த்து இது என்

குழந்தை இல்லைன்னு சொல்ற மனுஷன் கூட நான் என்ன பேசுறது?"

வெயிலில் இட்ட மண் புழுவைப் போல் துடித்தான் பாலு. விழுங்கவும் முடியவில்லை துப்பவும் முடியவில்லை. யாரிடமும் சொல்லவும் முடியவில்லை. சுவரில் தலையை முட்டிக் கொள்ளலாம் போலிருந்தது. தன்னைப் பழி வாங்குவதற்கு இவள் திட்டமிட்டு ஏதோ சதி செய்து இருக்கிறாள் என்பதை மட்டும் அவனால் உணர்ந்துகொள்ள முடிந்தது. இவளிடம் பேசிப் பயனில்லை என்று படீரெனக் கதவை திறந்து வெளியே சென்றான்.

சத்தம் கேட்டு வெளியில் வந்த சரசுவிடம் கண்சிமிட்டிக் காட்டினாள் மல்லி. அந்தச் சிரிப்பில் ஏதோ ஒரு சூட்சுமம் இருப்பதாக சரசுவுக்குப் பட்டது. நீண்ட நாட்களுக்குப் பிறகு அவள் முகத்தில் இருந்த புன்னகை சரசுவை என்னவோ செய்தது. அவளை அழைத்துக் கொண்டு வீட்டுக்கு வெளியே கிணற்றடிக்குப் போனார்.

அதிக நேரம் சரசுவைக் காத்திருக்க வைக்காமல், "உங்கள் குலம் தழைக்க இன்னும் எட்டு மாசத்தில ஒரு குழந்தை பெத்துத் தரப்போகிறேன்" என்றாள் மல்லி

புரியாமல் விழித்த சரசுவை நோக்கி, "அத்தெ சில தவறுகள் வேற சில தவறுகளுக்கான சரிகளாக இருக்கும்னு சொல்றது சரிதான் இல்லயா? அந்த வகையில இது எனக்கான சரி... அதில் மத்தவங்க சரிகளைப் பற்றி நான் கவலைப்படப் போவதில்லை..." என்றாள் உறுதியாக.

தென்னந்தோப்பில் அனைத்து மரங்களும் அமைதியாக நிற்க, கிழக்கால கெணத்துமேட்டுத் தென்னைமரம் மட்டும் வெறித்தனமாக ஆடிக்கொண்டிருந்தது. அதில் போர் முடிந்தாடும் வெற்றிக்களிப்பு தெரிந்தது. சின்ராசு தூரத்தில் நடந்து வந்துகொண்டிருந்தான்.

# மகடூஉ முன்னிலை

“பொம்பள புள்ள பத்தாங்கிளாஸ் வர படிச்சா பத்தாதா.? வெள்ளகோவிலில் நல்ல மாப்பிள, நல்ல குடும்பம், 40 ஏக்கர் தென்னந் தோப்பு, பண்ணாட்டு பண்ணிட்டு கால் நீட்டி உட்கார்ந்து சாப்பிடலாம். சொன்னா... அப்பனுக்கும் மகளுக்கும் தலையில் ஏற மாட்டேங்குதே?” புலம்பிய அம்மாவை உதாசீனப்படுத்திவிட்டு,

“அப்பா நாளைக்கு காலைல சித்தூர் காலேஜ்ல அட்மிஷன். நாளைக்குப் போகலைன்னா அப்புறம் சீட்டே கிடைக்காது. நம்ம ரெண்டு பேரும் போயிட்டு வரலாம் தயவு செஞ்சு வாங்க அப்பா.” இது சுசி.

“நான் பேசுறத யாராவது கண்டுக்கிறீங்களா? காலேஜூம் வேண்டாம் ஒரு மண்ணாங்கட்டியும் வேண்டாம் பேசாம வீட்ல இரு.” கோபமாகப் பேசிய அம்மாவை அதட்டிய அப்பா,

“ஏய் நீ கொஞ்சம் சும்மா இரு. புள்ள படிக்கிறன்னு ஆசைப்படுது இல்ல... படிக்கட்டும். சுசி நாளைக்குக் காலையில நீ போயிட்டு வா. எனக்கு பொள்ளாச்சி போயி மோட்டார் காயில் கட்ட வேண்டியிருக்குது. அதனால என்னால வர முடியாது தைரியமா நீ போயிட்டு வா” என்றார்.

“அப்பா... மூனு பஸ் ஏறி சித்தூர் போகணுமாம், எனக்குப் பயமா இருக்கு. இதுக்கு முன்னால நான் போனதும் இல்லை. அதுவும் இல்லாம அட்மிஷன்

எடுக்கறதுக்கு அப்பாவோ அம்மாவோ வரணுமாம். தயவு செஞ்சு வாங்கப்பா."

"நீ தைரியமா போயிட்டு வா... நீ என் புள்ளை இல்லெ... எதையும் சமாளிக்கிற திறமை உனக்கு இருக்கு நீ போயிட்டு வா. இந்தா இத செலவுக்கு வச்சுக்கோ அட்மிஷனுக்குத் தேவைப்படும்" என்று ஐந்து நூறு ரூபாய் நோட்டுகளை அவள் கையில் திணித்துவிட்டுத் தூங்கச் சென்றுவிட்டார். அம்மாவின் புலம்பல் நீண்ட நேரம் கேட்டுக்கொண்டிருந்தது.

விளக்கை அணைத்துவிட்டுத் தூங்க முயற்சி செய்தாள். நாளைய பயணம், அட்மிஷன் எல்லாம் அவளுக்கு நடுக்கத்தை ஏற்படுத்தின. ஒத்தையாகப் போய் தன்னால் இதையெல்லாம் செய்ய முடியுமா என்று பலமுறை அவள் தனக்குத்தானே கேட்டுக் கொண்டாள். பல சிந்தனைகள் மனதில் அலைமோதியதால் தூக்கம் வர மறுத்தது. சிந்தித்து களைத்து எப்போதோ அவள் உறங்கிப் போய்விட்டாள்.

அதிகாலையிலேயே எழுந்து அவசரமாகப் புறப்பட்டு உறுதியான மனதோடு ஒரு கிலோ மீட்டர் தூரம் நடந்து பஸ் நிறுத்தத்தில் வந்து நின்றாள். அதிகாலையில் பஸ் நிறுத்தத்தில் நின்ற அவளைப் பார்த்த பால் சொசைட்டிக்கு வந்த சில சொந்தக்காரர்கள்,

"ஏன் இந்த நேரத்தில் பஸ் ஸ்டாப்பில் நிற்கிறாய்?" என்றார்கள். சில நேரங்களில் அக்கறைகளே தொல்லையாக மாறிவிடுவதுண்டு. இதுவும் அப்படித்தான்.

இந்த ஊருக்கு எப்போதாவது ஒருமுறை வரும் பிரைவேட் பஸ்கள் மட்டும்தான் உள்ளன. தன்னைப் போல் படிக்க நினைக்கும் மாணவர்களுக்கு அது எவ்வளவு சிரமத்தைத் தருகிறது என்று குறிப்பிட்டு பிரதமர் ராஜீவ் காந்திக்கு ஒரு மனு போட வேண்டும் என்று மனதில் நினைத்துக்கொண்டாள். ஆனால், என்ன மொழியில் எழுதுவது? பிரதமரைச் சுற்றிலும் எல்லா மொழி தெரிந்த ஆபிஸர்களும் இருப்பார்கள் எனவே தமிழிலேயே எழுதலாம் என்று முடிவு செய்துகொண்டாள். இப்போது இதுவா முக்கியம்?

கொல்லங்கோடு வரை அவள் இதற்கு முன்பு பஸ்ஸில் போயிருக்கிறாள். ஆனால் அதற்குப் பிறகு புது நகரத்திற்கு பஸ் பிடித்துப் போய் அங்கு இறங்கி, அங்கிருந்து சித்தூர் பஸ் பிடித்து போவதை நினைத்தபோது அவளுக்குக் கொஞ்சம்

உதறலாக இருந்தது. இருந்தாலும் எப்படியாவது காலேஜில் அட்மிஷன் எடுத்து விட வேண்டும் என்பதில் மட்டும் உறுதியோடு இருந்தாள்.

புது நகரம் ஒரு நாற் சந்தியாக இருந்தது. எங்கு போய் நின்று சித்தூர் பஸ் பிடிக்க வேண்டும் என்று தெரியாமல் விழித்தாள்.

"தெரியாத இடத்திற்குப் போனது போல் காட்டிக்கொள்ளாதே" என்று அம்மா சொன்னது அவளுக்கு நினைவுக்கு வந்தது. அதனால் யாரிடமாவது கேட்கவும் பயம். அளவுக்கு அதிகமாக அம்மா அவளைப் பயமுறுத்தி இருந்தார். டீ குடித்துக் கொண்டிருந்த ஒரு போலீஸ்காரரிடம்,

"சாரே சித்தூர் போகான் எவிடையானு நில்க்கண்டது?" என்று கேட்டாள். அவர் போலீஸ் ஸ்டேஷனுக்கு முன்னால் இருந்த பஸ் ஸ்டாப்பைச் சுட்டிக்காட்டி,

"அவிடெ நின்னால் மதி சிற்றூர் பஸ் இப்போ வரும்" என்று கூறினார்.

ஒரு வழியாகச் சித்தூர் போகும் பஸ்ஸில் ஏறிவிட்டாள். சித்தூர் வரை போக வேண்டியது இல்லை அதற்கு முன்னதாக ஒரு பெரிய பாலம் வரும் அதற்கு அடுத்த நிறுத்தத்தில் இறங்க வேண்டும் என்று அவளுடைய நண்பன் ராஜு சொன்னதை நினைவில் வைத்திருந்தாள். பஸ்ஸிலிருந்த நெரிசலின் காரணமாக அவளால் வெளியே கூட பார்க்க முடியவில்லை.

அவளுக்கு அடுத்து நின்ற ஒரு பெண்ணிடம் சித்தூர் கல்லூரி வந்தால் கூறும்படி கேட்டுக்கொண்டாள். அந்தப் பெண்ணும் கல்லூரியில் இறங்குவதாகவும் இறங்கும் போது அழைப்பதாகவும் கூறியிருந்தாள். அவளுக்கு அது ஆசுவாசமாக இருந்தது.

ஒரு வழியாகக் காலை 8:30 மணிக்கே சித்தூர் கல்லூரி பஸ் நிறுத்தத்தில் வந்து இறங்கிவிட்டாள். சினிமாக்களில் காண்பது போலப் பெரிய கட்டடங்களும் கல்லூரியின் ஆரவாரமும் இருக்கும் என்று எதிர்பார்த்துப் போனவளுக்கு ஏமாற்றமாக இருந்தது. கண்ணுக்கெட்டும் வரை எந்தக் கல்லூரியும் இருப்பதாகத் தெரியவில்லை. ஒருவேளை தான் தவறான இடத்தில் இறங்கிவிட்டோமோ என்று சந்தேகம் கூட அவளுக்குத் தோன்றியது.

நிறைய மாணவர்கள் சாலையைக் கடந்து பரந்து விரிந்து கிடக்கும் வயல் வெளியின் நடுவில் உள்ள வழியில் நடந்து சென்றனர். அவளும் அவர்களுடன் நடக்கத் தொடங்கினாள். பாதையின் இருபுறமும் இலந்தை மரம் பந்தலிட்டது போல அடர்ந்து நின்றது. ஏதோ ஒரு குகைக்குள் போவது போன்ற ஓர் உணர்வை அது ஏற்படுத்தியது. சற்று தூரத்தில் ஒரு பெரிய ஆறு ஓடிக் கொண்டிருந்தது. அங்கிருந்து வந்த காலை இளங்காற்று அவளது மன இறுக்கத்தையும் உடல் புழுக்கத்தையும் ஒருங்கே குறைத்துச் சென்றது. சிறிது நேரம் நின்று கண் மூடி அந்தக் காற்றை ரசித்துச் சுவாசித்தாள். ஏதோ ஒரு வகையான தெம்பு கிடைத்தது போன்ற உணர்வு அவளுக்கு ஏற்பட்டது.

மாணவர்கள் மட்டுமல்லாமல் நிறைய பெற்றோர்களும் நடந்து கொண்டிருந்தனர். அட்மிஷன் என்பதால் வந்திருக்கலாம்.

பெற்றோர்கள் வராததால் அட்மிஷன் தர முடியாது என்று கூறிவிட்டால் என்ன செய்வது என்று யோசித்தபோது அவளுக்குச் சற்று பயமாக இருந்தது. முக்கால் கிலோமீட்டர் நடந்திருப்பாள் அப்போது அவள் எதிர்பார்த்தது போல பெரிய பெரிய கட்டடங்களும் பெரிய மரங்களும் உள்ள ஒரு கல்லூரி கண்ணுக்குத் தென்பட்டது.

இவ்வளவு பெரிய கல்லூரியில் அட்மிஷன் எங்கு நடக்கிறது என்று எப்படித் தெரிந்து கொள்வது என்று யோசித்தாள். பெற்றோர்களுடன் மாணவர்கள் செல்லும் வழியில் அவளும் அவர்களைப் பின்தொடர்ந்தாள். உள்ளே செல்லும் வழியில் இரு புறங்களிலும் கே.எஸ்.யு, எஸ்.எஃப்.ஐ, ஏ.பி.வி.பி என்ற பேனர்கள் கட்டி அங்கு மாணவர்கள் கூடி நின்று, புதிதாக வரும் மாணவர்களை அழைத்துத் தாங்கள் அட்மிஷனுக்கு உதவி செய்வதாகக் கூறிக் கொண்டிருந்தார்கள்.

ஒரு ஆறாம் கிளாஸ் படிக்கும் மாணவியின் வளர்ச்சி மட்டுமே இருந்த குட்டி சுசியைப் பார்த்து ப்ரி டிகிரி அட்மிஷனுக்கு அவள் வந்திருப்பதாக யாருக்கும் தோன்றியிருக்காது. பதினைந்து வயதான பெண் என்று யாரும் நம்பமாட்டார்கள். அதனால்தானோ என்னவோ அவளை யாரும் சட்டை செய்யவில்லை.

அவள் வலிந்து காந்தியின் படம் போட்டு இருந்த பேனர் வைத்திருந்த கே.எஸ்.யு மாணவர்களிடம் சென்று தான் அட்மிஷன் எடுக்க வந்திருப்பதாகக் கூறினாள்.

அந்தக் கூட்டத்தில் ஜே.பி என்று எல்லோரும் மரியாதையாக அழைத்த சற்று வயது முதிர்ந்த ஒரு மாணவி சுசியிடம்,

“எந்தா குட்டியுடே பேரு” என்று கேட்டாள்.

“என்டே பேரு சுசிலா. நான் செகண்ட் குரூப்பிலே அட்மிஷன் எடுக்கானானு வந்நிருக்குன்னது. என்டே அச்சன் கூட வந்நில்ல. என்னெ ஒன்னு சகாய்க்கணும்.”

அவள் கெஞ்சுவது போலத் தனக்குத் தெரிந்த மலையாளத்தில் அவளிடம் கூறினாள்.

“ஏய்... சாரமில்லா.. நம்மள் சகாய்காம்” என்று கூறியவள் சில விண்ணப்பப் படிவங்களை எடுத்துப் பூர்த்தி செய்யும்படி நீட்டினாள்.

ஆங்கிலத்தில் இருந்த அந்தப் படிவங்களைப் பார்த்து அவள் பேந்தப் பேந்த விழித்து நின்றாள். அவளது இயலாமையைப் புரிந்துகொண்ட ஜே.பி அவளிடம் இருந்த சான்றிதழ்களை வாங்கித் தானே பூர்த்தி செய்து கொடுத்தாள். ஆடிட்டோரியத்தில் அட்மிஷன் நடப்பதாகவும் அங்கு போய் காத்திருக்கும்படியும் கூறினாள்.

சினிமா தியேட்டர் போல் இருந்த அந்த மிகப்பெரிய ஆடிட்டோரியத்தைப் பார்த்து அசந்து போய்விட்டாள். அங்கிருந்த வரிசையில் நின்று விண்ணப்பப் படிவத்தையும் தனக்குக் கல்லூரியில் இருந்து வந்த நீல நிற அட்டையையும் ஒரு ஆசிரியரிடம் காட்டினாள். அதைப் பார்த்து அவர்,

“தானானோ சுசீலா?” என்று நம்பாமல் கேட்டார். ஆம் என்று தலையாட்டிய போது ஒரு இடத்தைச் சுட்டிக்காட்டி அங்கு போய் அமரும்படி கூறினார்.

அந்த மிகப்பெரிய அரங்கில் 3 வரிசையில் நாற்காலிகள் இடப்பட்டு இருந்தன. அதில் அவளை இடது புறம் இருக்கும் வரிசையில் அமரச் சொன்னார். மஞ்சள் நிற அட்டை வைத்திருந்தவர்களை நடுவிலும் ரோஸ் நிற அட்டை வைத்திருந்தவர்களை வலது புறமும் அமரச் செய்தனர்.

இது என்ன கணக்கு என்று அவளுக்குப் புரியவில்லை. அந்த அரங்கில் ஒரு 800 க்கும் குறைவில்லாத நபர்கள் இருந்தனர். தனக்கு அட்மிஷன் கிடைக்குமா என்பதில் அவளுக்குச் சந்தேகமாக இருந்தது.

எப்படியாவது ஒரு அட்மிஷன் வாங்கி விட வேண்டும். படிக்காமல் வீட்டில் இருப்பதை நினைத்தாலே அவளுக்குத் தூக்கி வாரிப் போட்டது. எவ்வளவு கனவுகள், எத்தனை மனக்கோட்டைகள். தான் சினிமாவில் பார்த்த எல்லா ஹீரோக்களாகவும் தன்னைக் கற்பனை செய்துகொள்வாள். அதெல்லாம் நடக்க வேண்டுமானால் தான் படிக்க வேண்டும் என்பதில் உறுதியாக இருந்தாள்.

ஒரு நாள் பள்ளிக்கூடம் லீவு விட்டால் கூட அதைத் தெரிந்து கொண்டு லீவு எடுக்கும் மாடு மேய்க்கும் நாச்சியானை நினைத்தபோது அவளுக்குக் கோபம் பொத்துக் கொண்டு வந்தது. மாடு மேய்ப்பது கூடப் பரவாயில்லை. குளக்கரையில் கொண்டு போய் அண்ணாங்கால் போட்டுவிட்டால் மாடுகள் எங்கும் போகாமல் மேய்ந்து கொண்டிருக்கும். சும்மா பார்த்துக் கொண்டிருந்தால் போதும். ஆனால் காலையில் சாணி அள்ளுவதை நினைத்தால்தான் அவளுக்குக் கோபம் கோபமாக வந்தது.

நாச்சியான் வராத அன்று மாட்டுச்சாளையில் கன்றுகள் எருமைகள் உட்பட 15 உறுப்படிகளின் சாணி அள்ளுவது அவளுடைய வேலை. மாடுகளை அவிழ்த்து வெளியே கொண்டு வந்து மொளக்குச்சியில் கட்டி, வைக்கோல் இட்டுவிட்டு இரண்டு பனம்பட்டையையும் ஒரு மூங்கில் கூடையும் எடுத்துக்கொண்டு போய் கையில் படாமல் சாணியைப் பட்டைகளால் எடுத்துக் கூடையில் போடுவது கூட சிரமம் இல்லை. ஆனால் அதைத் தூக்கி தலையில் வைத்து குப்பைமேடு வரை கொண்டு செல்லும் சிரமத்தை நினைத்தால் தான் அவளுக்கு வருத்தமாக இருந்தது.

சாணத்தை இட்டு நிரப்பிய கூடையை முதலில் எடுத்து மாடுகளுக்குத் தீவனம் போடும் காடியின் மீது வைத்து, அதற்குக் கீழ் தலையில் துண்டைச் சுற்றிச் செய்த சும்மாட்டை வைத்து மெல்ல கூடையை உயர்த்தி நங்கு என்று சும்மாட்டின் மீது வைக்க முயற்சிப்பாள். ஆனால், ஒரு முறை கூட சும்மாட்டின் மீது அவளால் வைக்க முடிந்ததில்லை. வெறும் தலையில் அப்படிச் சாணிக்கூடை சுமந்து சுமந்து தனது தலை உச்சியில் முடி சொட்டையாகி விட்டதைத் தடவிப் பார்த்துக்கொண்டாள். மாட்டு மூத்திரத்தின் மூக்கைத் துளைக்கும் நெடி தன் மீது அடிப்பது போன்ற ஒரு உணர்வு அவளுக்கு ஏற்பட்டது. ஒருமுறை அவள் தன்னை முகர்ந்து

பார்த்துக்கொண்டாள். திரும்ப வீட்டுக்குப் போகும்போது கொல்லங்கோட்டில் இறங்கி ஒரு நல்ல மணமுள்ள சென்ட் வாங்கிச் செல்ல வேண்டும் என்று மனதுக்குள் தீர்மானித்துக் கொண்டாள்.

நாகரீகமான உடை அணிந்திருந்த சுற்றிலும் உள்ள மாணவர்களுக்கிடையில் பையன்கள் அணியும் ஒரு தொள தொள சட்டையும் முழுநீளப் பாவாடையும், ஸ்லிப்பர் செருப்பும் அணிந்து எண்ணெய் வழிய தலை சீவி இருந்த தான் பொருந்தாமல் நிற்பது போன்று ஒரு உணர்வு அவளுக்கு ஏற்பட்டது. ஆனாலும் இவர்களால் தன்னைப்போல தைரியமாக முன்பின் தெரியாத இடத்திற்கு அட்மிஷன் எடுக்க ஒற்றைக்கு வரமுடியுமா? என்று நினைத்தபோது சுசிக்குக் கொஞ்சம் கர்வமாக இருந்தது.

மாணவர்களும் பெற்றோர்களும் வந்த வண்ணம் இருந்தனர். மணி பதினொன்றைக் கடந்தும் இதுவரை யாருக்கும் அட்மிஷன் கொடுத்ததாகத் தெரியவில்லை. எல்லோரையும் முதலில் கூறியது போல மூன்று வரிசைகளில் அவர்கள் வைத்திருக்கும் அட்டையின் கலரைப் பொருத்து அமரச் செய்துகொண்டிருந்தார்கள். விசாரித்ததில் எல்லோருமே செகண்ட் குரூப் அட்மின்சனுக்குதான் வந்திருக்கிறார்கள் என்று தெரிந்தது. மொத்தமே 150 சீட்டுகள்தான் இருப்பதாகக் கூறுகிறார்கள். ஆனால் இங்கு ஆயிரத்துக்கும் மேற்பட்டோர் வந்துவிட்டனர்.

தனக்கு அட்மிஷன் கிடைக்கப் போவதில்லை என்று அவள் மனதுக்குத் தோன்றியது. அந்த எண்ணமே அவளுக்கு ஒரு பயத்தைத் தந்தது.

நேற்று முன்தினம் தோட்டத்து கிணற்று மோட்டார் தண்ணி எடுக்காததால் ஃபுட் வால்வு உடைந்துவிட்டது என்று கூறித் தன்னைக் கிணற்றில் இறக்கிய அப்பாவை நினைத்தபோது அவளுக்குக் கோபம் பொத்துக்கொண்டு வந்தது.

60 அடி ஆழமுள்ள கிணற்றில் 30 அடி வரை படிக்கட்டுகள் இருக்கின்றன. அதற்குக் கீழ் கயிறு கட்டித்தான் இறங்க வேண்டும். அது கூடப் பிரச்சினை இல்லை. மேலே கம்பத்தில் கயிறு கட்டி கயிற்றைப் பிடித்துக் கொண்டு கடகடகட என்று இறங்கிவிட்டாள். மழை இல்லாததால் கிணற்றில் தண்ணீர் மிகக் குறைவாக இருந்தது. ஆனால் முழங்காலுக்கு மேல் சேர்

இருந்ததால் காலை எடுத்து வைத்து நடப்பது மிகச் சிரமமாக இருந்தது. ஒவ்வொரு முறை கால் எடுத்து வைக்கும் போதும் உயிரைக் கையில் பிடித்துக்கொண்டுதான் வைக்க வேண்டி இருந்தது. மீன்களும் தண்ணீர் பாம்புகளும் சகஜமாக ஓடிக் கொண்டிருந்தன. கிணற்றுச் சுவர்களில் உள்ள வங்குகளில் தண்ணீர்ப் பாம்புகள் இருந்து பார்த்துக் கொண்டிருப்பதை அவளால் பார்க்க முடிந்தது.

பயமாக இருக்கிறது என்று சொன்னால் அப்பா கொன்றே விடுவார். ஒருவேளை இதுதான் தனது வாழ்வின் கடைசி நாளாக இருக்கும் என்று நினைத்துக்கொண்டாள். ஒரு வழியாகக் கிணற்றின் நடுவில் உள்ள ஃபுட் வால்வை நெருங்கி உயிரைக் கொடுத்து அதை மேலே இழுத்தாள். எலும்பும் தோலுமாக இருந்த அவளது கை பலம் அந்த ஃபுட் வால்வை மேலே தூக்கும் அளவுக்கு இல்லை. மேலே இருந்து கொண்டு அப்பா அவளை உற்சாகப்படுத்திக் கொண்டிருந்தார். ஒரு வகையான வெறியில் அவள் அதை மேலே இழுத்துவிட்டாள்.

மேலே எடுத்து ஃபுட் வால்வில் கொஞ்சம் தண்ணீர் ஊற்றிக் கழுவி பார்த்தபோது அப்பா சொன்னது போல உள்ளே வாஷர் அடைக்காமல் ஒரு மீன் அதற்குள் சிக்கி அழுகிக் கிடந்தது. அதன் வாசம் குமட்டிக் கொண்டு வந்தது. இருந்தாலும் கையில் கிடைத்த ஒரு கோலை வைத்து அந்த மீனைக் குத்தி வெளியே எடுத்தபோது பைப்பில் தண்ணீர் நிற்பதற்காக மேலிருந்து ஊற்றிய சாணிக் கரைசல் கொழ கொழவென்று இறங்கி வந்தது. அழுகிய மீனின் நாற்றம், பழையசாணியின் நாற்றம், சேற்றின் வாடை, தண்ணீர் பாம்புகளுக்கிடையில் நிற்கும் பீதி, சிலவேளைகளில் நாக பாம்பும் மீன்பிடிக்க கிணற்றில் இறங்கும் என்று நாச்சியான் சொன்ன செய்தி என எல்லாம் மொத்தமாகச் சேர்ந்து மனதில் ஒரு பயம் அலை அடித்துக் கொண்டிருந்தது. அழுகிய மீனை எடுத்துவிட்ட பிறகும் வாஷர் அடைக்காமல் கிழிந்து தொங்குவது தெரிந்தது. அதனால்தான் மோட்டார் தண்ணீர் எடுக்காமல் பைப்பில் காற்றுமட்டும் வந்துகொண்டு இருந்திருக்கிறது.

அவள் இதை நினைத்துக்கொண்டிருந்தபோது அட்மிஷன் தொடங்கி இருந்தது. எந்த வரிசையில் இருந்து கூப்பிட்டார்கள் என்பதை அவள் கவனிக்க மறந்துவிட்டாள்.

ஒரு 20 பேர் அட்மிஷன் கொடுக்கும் ஆசிரியர்கள் அமர்ந்திருந்த மேசைகளுக்கு முன்னால் வரிசையில் நின்றிருந்தனர்.

அவர்களது பெற்றோர்களும் உடன் நின்றிருந்தனர். அட்மிஷன் நடக்கும் இடத்தில் இருந்து அவள் இருந்த இடம் சற்று தூரத்தில் இருந்ததால் அவர்கள் என்ன பேசுகிறார்கள் என்பது அவளுக்குக் கேட்கவில்லை. ஒரு மாணவியின் அப்பா பி.டி.எ பணம் அடைப்பதில் கொஞ்சம் சலுகை தர வேண்டும் என்று கெஞ்சிக் கொண்டிருப்பது மட்டும் கேட்டது. அரங்கின் மேற்கூரையிலிருந்து தொங்கவிடப்பட்ட மின்விசிறிகள் சத்தத்தால் மட்டும் தன்னிருப்பைக் காட்டி சுழன்றுகொண்டிருந்தன.

அரங்கில் நடு வரிசையில் அமர்ந்திருந்த ஒரு பையன் இவளது கையில் இருக்கும் நீல நிற அட்டையை சற்றுப் பொறாமையோடு பார்ப்பது போன்று அவளுக்குத் தோன்றியது. அல்லது ஒரு வேளை அனுதாபத்தோடு பார்க்கிறானோ? நேரம் மின்னல் வேகத்திலும் அட்மிஷன் ஆமை வேதத்திலும் நகர்ந்து கொண்டிருந்தன.

சாயங்காலம் என்பதால் வெளிச்சம் மங்கத் தொடங்கி இருந்தது. அப்பா அவளை அவசரப்படுத்திக் கொண்டிருந்தார். ஒரு மழைக் காகிதப் பையில் ஸ்பேனரையும் புதிய ஃபுட் வால்வு வாஷரையும் இட்டு அவளுக்கு அருகே வீசினார். நீண்ட காலமாகத் தண்ணீருக்குள் கிடந்ததால் துருப்பிடித்து, இறுகி இருந்த அந்த போல்ட்டைக் கழட்டுவது அவளுக்கு இயலாத காரியமாக இருந்தது. ஸ்பேனரை நட்டின்மீது வைத்து ஒரு கல்லை வைத்துக் கொட்டினாள். அது கழண்டு கொண்டது. நான்கு புறமும் இதே போல் செய்து பந்து போலிருந்த ஃபுட் வால்வை இரண்டாகத் திறந்து, கிழிந்து தொங்கிய வாஷரை மாற்றி புதிய வாஷரை அந்த இடத்தில் பதித்து வால்வை மூடி போட்டுவிட்டு கழற்றி மழைக்காகிதப் பையின் மீது வைத்திருந்த போல்ட் நட்டை எடுக்கத் திரும்பிய போது, அவளது காலின் அரை அடி தூரத்தில் ஒரு பெரிய தண்ணீர் பாம்பு சரசரவென்று கடந்து சென்றது.

“ஐயோ...” என்று கத்திவிட்டாள். சுற்றிலும் இருந்த மாணவர்கள் திரும்பி அவளைப் பார்த்தனர். அவளுக்கு அருகே இருந்த மாணவி பயத்தோடு

“எந்துபற்றி?” என்று கேட்டாள். சுசிக்கு அவமானமாகப் போனது.

“ஒன்னும் இல்ல” என்று கூறிவிட்டுத் திரும்பி உட்கார்ந்து கொண்டாள்.

கொஞ்சம் உயரமான, கிப்பிமுடியும் தாடியும் வைத்திருந்த ஒரு பையன் தன்னை நோக்கி வருவதைப் பார்த்தாள். அவன் கையில் வைத்திருந்த நோட்டீஸ் போலவே கண்களும் சிவந்திருந்தன. அழுதிருப்பானோ? ஆனால் முகபாவத்தில் ஏதோ ஒரு கோபம் தெரிந்தது. அவளின் காதருகே வந்து,

“தான் திரிச்சு போகும்போள் என்னெ கண்டிட்டு போயால் மதி. மனசிலாயோ?” என்று மிரட்டுவது போல் கூறிவிட்டுப் போய்விட்டான். இவன் யார்? இவனை எதற்கு நான் பார்க்க வேண்டும்? ஒருவேளை இதுதான் ராகிங் ஆக இருக்குமோ?. எப்படி இதையெல்லாம் சமாளிக்கப் போகிறேன் என்று அவள் சிந்தித்த போது அவளுக்கு மலைப்பாக இருந்தது.

மனம் மீண்டும் கிணற்றுக்குள் போனது. அவளது கையை விடத் தடிமனான ஆறடி நீளமுள்ள பாம்பு, அது தண்ணீர் பாம்பாக இருந்தாலும், கடித்தால் விஷம் இல்லை என்று தெரிந்தாலும் கூட அரை அடி தூரத்தில் அவ்வளவு பெரிய பாம்பு கடந்து போகும்போது மரணம் கண் முன்னால் தெரிவது இயல்புதானே. அதன் நடுக்கம் இப்போதும் கூட அவளது உடலில் பாக்கி இருந்தது. ஃபுட் வால்வைச் சரி செய்யாமல் மேலே வந்தால் அப்பாவிடம் கிடைக்கும் அடியை நினைத்தபோது பாம்புக்குப் பக்கத்தில் இருப்பதே பந்தோபஸ்தாக இருக்கும் என்று அவளுக்குத் தோன்றியது. பயத்தால் கையில் இருந்து போன நட்டையும் போல்டையும் சேறினுள் கை வைத்துத் தப்பி எடுப்பது அடுத்த ஒரு சவாலாக இருந்தது.

ஒவ்வொரு முறையும் சேற்றினுள் கைவிட்டு போல்டைத் தப்பும் போதும் சேற்றினுள் பதிங்கி இருக்கும் கண்ணாங்குட்டி மீன்தான் கையில் அகப்பட்டது. ஒரு முறை சப்பைத்தலை மீனின் கூர்மையான மீசைமுள் விரலைப் பதம் பார்த்து விட்டது. வெடுக்கென்று கையை வெளியே எடுத்தபோது கையில் அப்பியிருந்த சேற்றையும் தாண்டி ரத்தம் கசிந்து கொண்டிருந்தது.

ஒருவேளை பாம்பு ஏதாவது கடித்திருக்குமோ? கடித்தது பாம்பு என்றால் கடிவாயில் கிள்ளிப்பார்த்தால் உணர்ச்சி இருக்காது என்று அம்மா சொன்னது நினைவுக்கு வந்தது. கிடைத்த

போல்டை மழைக்காகிதத்தின் மீது வைத்துவிட்டு, தெளிநீரில் கையைக் கழுவி ரத்தம் வரும் சுண்டுவிரலை இடது கைவிரல் நகத்தால் அழுத்தமாகக் கிள்ளிப் பார்த்தாள்.

“அது பாம்புக் கடி அல்ல... வெறும் குச்சிக் காயந்தான்... ஆகிற வேலையைப் பார்...” அப்பா மேலிருந்து சத்தமாகக் கூறினார். தான் மனதில் நினைத்தது அப்பாவுக்கு எப்படித் தெரிந்தது? என்று யோசித்தாள். இரண்டு நட்டும் போல்ட்டும்தான் கிடைத்தது. மீதமுள்ள இரண்டை அப்பா மேலே இருந்து எறிந்து கொடுத்தார்.

இருட்டத் தொடங்கி இருந்ததைச் சொல்லி அப்பா துரிதப்படுத்தினார். அவளுக்கும் அதை உடனே செய்துவிட்டுப் போக வேண்டும் என்றுதான் ஆசை ஆனால் முடியவில்லை. வாஷரின் ஓட்டைகளும் ஃபுட் வால்வின் ஓட்டைகளும் பொருந்தாமல் இருந்ததால் போல்ட்டு அதன் வழியாகச் செல்ல மறுத்தது. ஒரு பெரிய திருப்புளியை அப்பா எறிந்து கொடுத்து ஃபுட் வால்வ் ஓட்டையுடன் பொருந்தும் படியாக நான்கு ஓட்டைகளை வாசரில் துளைக்கும்படி கூறினார். ஒரு கையில் ஃபுட் வால்வின் பாரத்தைச் சுமந்துகொண்டு மறு கையில் துளைபோடுவது நடக்காத காரியம். சுற்றிலும் பார்த்தாள் சலமூலையில் ஒரு பாறை இருப்பது தெரிந்தது. வால்வை இழுத்துக்கொண்டு பாறையை நோக்கி நகர்ந்தாள்.

“எல்லாரும் கழிச்சிட்டு ரெண்டு மணிக்குத் திரிச்சு வரணம்” என்று கூறிவிட்டு ஒரு ஆசிரியர் முன்னே நடக்கப் பிற ஆசிரியர்கள் பின்னால் சென்றுவிட்டனர்.

அம்மா சாப்பாடு கொண்டு போகும்படி சொல்லியும் வீராப்பாக வந்ததன் முட்டாள்தனத்தை நொந்துகொண்டாள். பசி கண்ணைச் சுழற்றியது. ஹோட்டல் எங்கிருக்கிறது என்று அவளுக்குத் தெரியவில்லை. தனியாக ஹோட்டலுக்குப் போய் சாப்பிட்டுப் பழக்கமும் இல்லை. பசியும் தாகமும் அவளுக்குப் புதியதல்ல.

சித்திரைக்கால் மழை பெய்தால் ஐந்து ஆறு ஏக்கரில் நிலக்கடலை விதைப்பு தடபுடலாக நடக்கும். நாலு ஏர் உழுது கொண்டிருக்கும். ஒவ்வொரு ஏருக்குப் பின்னாலும் ஒரு பெண் ஒரு சிறு கூடையில் கடலைமுத்தை வைத்துச் சால் போட்டுக் கொண்டு போவாள். சால் போடுவது என்றால் கை நிறைய நிலக்கடலையை எடுத்து ஒரு விரக்கடைக்கு ஒரு நிலக்கடலை

விழும்படி ஏர்ச்சாலுக்குள் சுண்டுவிரலைச் சலித்துப் போட்டுக் கொண்டே போவதுதான். பின்னால் வரும் ஏர் அந்தச் சாலை மூடி புதிய ஒரு சாலை தோண்டிக்கொண்டு செல்லும். அந்தச் சாலிலும் இதே போல் ஒரு பெண் கடலை முத்துக்களை விதைத்துக்கொண்டு போவாள்.

இவ்வாறு ஒரு அணப்பில் எட்டு விளா போட்டு, ஏர் உழுது, கடலை முத்து விதைப்பது வழக்கம். இதில் ஒவ்வொருவருடைய கூடையில் கடலை முத்து தீரும் போதும் அதை நிறைத்துக் கொடுப்பதும், அவர்கள் தண்ணீர் குடிக்கவோ மல மூத்திரம் போகவோ போகும்போது ஏர் நின்றுவிடாமல் அவர்களைக் கைமாற்றிக் கொடுத்தலும் சுசியின் வேலை. சால் போடுவதை விட ஆண்கள் ஓட்டும் ஏர்கலப்பையை வாங்கி ஓட்டுவது தான் அவளுக்குப் பிடிக்கும். “மேழிபுடுச்ச பொம்பளப்புள்ளக்கு மாரு வளராது” என்று பெண்கள் கூறிய பயமுறுத்தலையும் கலப்பையில் அப்பியிருந்த சண்டியையும் ஒருசேர உலைக்கோல் தடியால் குத்தி நெம்பியெறிந்துவிட்டு உற்சாகமாகக் காளைகளை விரட்டுவாள்.

அதிகாலையில் தொடங்கும் இந்த வேலை சாயங்காலம் ஆறு மணி வரை தொடரும். உணவுக்காக ஒரு சிறு இடைவெளி மட்டுமே கொடுக்கப்படும். தாகம் பசி எல்லாம் நினைவு கூட இருக்காது. அதனால் பசி எல்லாம் அவளுக்கு ஒரு பிரச்சினையே இல்லை. எப்படியாவது அட்மிஷன் கிடைத்தால் நன்றாக இருக்கும். நிறைய படிக்க வேண்டும். பெரிய ஆபீஸராக ஒரு வேலை செய்ய வேண்டும்.

எல்லோரும் சாப்பிடப் போய்விட்டார்கள். அவளும் வேறு சில மாணவர்களும் மட்டும் அந்த அரங்கில் அங்கொன்றும் இங்கொன்றுமாக அமர்ந்திருந்தனர். அவள் இப்போது அந்த அரங்கின் உயரமான சுவர்களை கவனித்தாள். வரிசையாக ஆள் உயர ஓவியங்கள் சட்டம் இட்டுத் தூக்கப்பட்டு இருந்தன. அதில் ஆண்களின் படங்களும் பெண்களின் படங்களும் இருந்தன. ஒருவகையான கோட் அணிந்திருந்தார்கள். ஒருவேளை இவர்களெல்லாம் இந்தக் கல்லூரியின் பிரின்சிபால்களாக இருந்திருப்பார்கள் என்று நினைத்துக்கொண்டாள். நானும் நிறைய படித்து ஒரு பிரின்ஸ்பால் ஆக வேண்டும். எவ்வளவு பெருமையாக இருக்கும். எல்லோர் மத்தியிலும் எவ்வளவு மரியாதை கிடைக்கும். நினைக்கும் போதே அவளுக்கு மனதில் மகிழ்ச்சி தோன்றியது.

பிரீ டிகிரி அட்மிஷன் கிடைச்சு ரெண்டு வருஷம் படிச்சு அப்புறம் டிகிரி மூணு வருஷம் படிச்சு அப்புறம் எம்.ஏ ரெண்டு வருஷம் படிச்சு அப்புறம் தான் காலேஜில் வேலைக்குப் போகமுடியும்னு ஸயன்ஸ் ஸார் சொன்னதை நினைத்த போது அவளுக்கு மலைப்பாக இருந்தது. அப்படின்னா இன்னும் ஏழு வருஷம் படிக்கணும்னா நடக்குமா?. கல்யாணம் கட்டிக் கொடுக்காம இருப்பார்களா? வயிற்றைக் கலக்கியது. பாத்ரூம் போனா பரவாயில்லை என்று தோன்றியது. மெல்ல எழுந்து வெளியே வந்து சுற்றிலும் பார்த்தாள். பலரிடம் விசாரித்து காமண்ரூம் வந்து பார்த்தால் நான்கு பாத்ரூம் முன்னாலும் 20க்கு குறையாத மாணவிகள் வரிசையில் நின்றிருந்தனர். ஒரு மணிநேரம் அங்கு நிற்க வேண்டி இருக்கும். அதற்குள் தன் பேரை அழைத்துவிட்டால் என்ன செய்வது என்று யோசித்தபோது பாத்ரூம் போகவேண்டாம் என்று முடிவு செய்து திரும்ப வந்து தன் இடத்தில் அமர்ந்துகொண்டாள்.

போன மாதம் நெகமத்துல மாமா பொண்ணு கல்யாணத்துக்குப் போன போது இந்த வெள்ளகோவில் ஆளுகள அம்மா அறிமுகப்படுத்தினது பெரிய வினையா போச்சு. அப்பா பெரிய மிராஸ்தாரர், ஒரே பொண்ணுன்னு அவங்களும் விடாம பொண்ணு கேட்டுகிட்டே இருக்காங்க. கடவுள் புண்ணியத்துல அப்பாவுக்கு அவங்களைப் பிடிக்காமல் போனது நல்லதா போச்சு.

அட்மிஷன் கிடைச்சிடுச்சுதுன்னா எப்படியாவது ஹாஸ்டல்ல அட்மிஷன் எடுக்கணும். தினமும் மூணு பஸ் ஏறிப் போய் வருவது நடக்காது. ஹாஸ்டல்ல பணம் செலவாகுறது எல்லாம் அப்பாவுக்குப் பிரச்சினை இல்லை. ஆனா படிக்கப் போகக் கூடாதுன்னு சொல்றவங்கள எப்படிச் சரிக்கட்டுவது? முட்ட வர்ற புதுக்காளைக்குத் தண்ணீர் காட்ட சுசி ஒரு சூழ்ச்சி செய்வாள். அண்ணாங்கால் போட்டிருக்கும் காளைக்கு முன்னால் போய் நின்று பாய்ச்சல் காட்டுவாள், காளை அவளை முட்டுவதற்கு கால் கட்டோடு சாடிச்சாடி வரும், அவள் ஓடிவிடுவாள். பிறகும் அவள் இதையே செய்வாள். மீண்டும் காளை அதேபோல் முன்னாள் பாய்ந்து வரும். இப்படியே செய்து காளையைத் தண்ணீர் தொட்டி இருக்கும் இடத்திற்குக் கொண்டு சென்றுவிடுவாள். தண்ணீரைப் பார்த்தவுடன் காளை கோபத்தை மறந்து தண்ணீர் குடிக்கத் தொடங்கும். இப்படி ஏதாவது சூழ்ச்சி செய்தாக வேண்டும்

என்று மனதுக்குள் தீர்மானித்துக் கொண்டாள். ஆனா அதுக்கு முன்னாலே அட்மிஷன் கிடைக்கணுமே.

பத்தாம் க்ளாஸ் பாசானால் 11 கிளாசுக்குப் போயிருவோம்னு மடத்தனமாக நினைத்துக் கொண்டிருந்ததை நினைத்து சுசி சிரித்துக்கொண்டாள். நல்லவேளை ராஜு கொண்டு வந்து அப்ளிகேஷன் தந்தான். அதை எப்படி ஃபில் பண்றது என்று தெரியாமல் பள்ளிக்கூடத்திற்குக் கொண்டு போய் தனது ஆசிரியரிடம் கேட்டுப் பூர்த்தி செய்து ராஜுவிடமே கெஞ்சி கல்லூரிக்கு அனுப்பி வைத்ததை நினைத்துக்கொண்டாள்.

மீண்டும் ஆசிரியர்கள் வந்த அமர்ந்து அட்மிஷன் தொடங்கியது. இந்த முறை அவள் இருந்த இடது புற வரிசையில் இருந்து 10 பேரை அழைத்தனர். இப்போது அட்மிஷன் வேகமாக நடந்து கொண்டிருந்தது. அடுத்த முறை எந்த வரிசையில் இருந்து அழைப்பார்கள் என்பது புதிராக இருந்தது.

காத்திருப்பு அவளுக்கு எப்போதுமே ஒரு பயத்தையும் நடுக்கத்தையும்தான் தந்தது. பாம்பு கடித்து மருத்துவமனையில் சேர்த்த தனது அண்ணனின் நிலையை 48 மணி நேரம் கடந்து தான் சொல்ல முடியும் என்று மருத்துவர்கள் கூறியதும் ஒவ்வொரு நிமிடமும் உயிர் உருகி அண்ணனுக்காக வேண்டிக் கொண்டு காத்திருந்ததும் அவள் நினைவில் வந்து போனது.

ஒரு வழியாக சுசி அடங்கும் அடுத்த 10 பேரை அவளது வரிசையில் இருந்து அழைத்து அட்மிஷனுக்குக் கொண்டு போன போது அவளுக்குப் போன உயிர் திரும்ப வந்தது. பிற வரிசைகளில் இருந்த மஞ்சள் நிற, ரோஸ் நிற அட்டை உள்ளவர்கள் பொறாமையோடு அவர்களைப் பார்ப்பது தெரிந்தது. மஞ்சள் நிற அட்டை உள்ள ஒரு பையனின் அப்பா ஏன் தங்களை அழைக்கவில்லை என்று கேட்டு முறையிட்டார்.

“நீல கார்டு சுவர் கார்டானு. நீலக்கார்டு உள்ளவர்க்கு கொடுத்த சேஷமே மற்றுள்ளவர்க்கு அட்மிஷன் கொடுக்கு. நிங்கள் காத்திரிக்கு” என்று ஒரு ஆசிரியர் சொன்னபோதுதான் இந்த அட்டைகளின் நிறத்தில் உள்ள வித்தியாசங்கள் அவளுக்குத் தெரிந்தது.

“அப்பாடா எனக்கு அட்மிஷன் கிடைத்துவிடும் இல்லையா?” அவள் நினைக்கும் போதே மகிழ்ச்சியாக இருந்தது.

அவளுக்கு மூன்று பேருக்கு முன்னால் இருந்த மாணவன் அட்மிஷன் எடுக்கப் போனபோது அவன் போதுமான பணம் கொண்டு வரவில்லை என்று சொல்லி அட்மிஷன் கொடுக்காமல் திங்கள்கிழமை பணத்துடன் வரும்படி கூறி அனுப்பிவிட்டார்கள்.

இன்னும் மூன்று பேர்கள் அவளுக்கு முன்னால் நின்றனர். அதில் ஒரு மாணவி மார்க் லிஸ்ட் கொண்டு வராமல் வந்து விட்டாள் என்று அட்மிஷன் கொடுக்கவில்லை. தவணை கொடுத்து அனுப்பிவிட்டார்கள். அடுத்த மாணவன் அட்மிஷன் எடுத்துவிட்டுப் போய்விட்டான்.

அவளுக்கு முன்னால் இப்போது ஒரே ஒரு மாணவன் அவனுக்கு அட்மிஷன் நடந்து கொண்டிருந்தது அவனது அப்பா ஏதோ ஒரு பெரிய ஆபீஸர் என்று தோன்றுகிறது பொறுப்போடு மகனை அழைத்து வந்திருந்தார். அட்மிஷன் கொடுக்கும் ஆசிரியர்கள் மிகுந்த மரியாதையோடு அவரிடம் பேசுவதைக் காண முடிந்தது.

உறுதியாக தனக்கு அட்மிஷன் கிடைக்கப் போவதில்லை, பெற்றோரை அழைத்து வரவில்லை என்ற காரணம் காட்டித் தன்னை அனுப்பிவிடப் போகிறார்கள் என்று அவளுக்குப் புரிந்துவிட்டது. ஒரு மகளின் அட்மிஷனை விட மோட்டார் காயில் கட்டுவது அப்பாவுக்குப் பெரிதாகப் போய்விட்டது. வாழைக்கன்றுக்கு உரம் போட்டுவிட்டு உடனே தண்ணிப் பாய்ச்சாமல் போனால் வாழைக்கன்று கரிந்துவிடும் என்று கூறி மோட்டாரைக் கொண்டு போய்விட்டார். பேசாமல் அம்மாவையாவது கூட்டிக்கொண்டு வந்து இருக்கலாம். கைரேகை வைத்தாலும் பெற்றோர் வந்திருக்கிறார் என்ற ஒரு நிம்மதியாவது இருந்திருக்கும்.

எத்தனை அழுகை, எத்தனை பிடிவாதம், எத்தனை சூழ்ச்சி, எத்தனை பேரிடம் கெஞ்சியது, எத்தனை திட்டங்கள், எவ்வளவு பயம், இது எல்லாம் இன்னும் ஒரு நிமிடத்தில் இல்லாமல் போகப்போகிறது. இங்கு எத்தனையோ அம்மா அப்பா இருக்கிறார்கள் யாராவது ஒருவரை என் பெற்றோராக நடிக்கும்படி கேட்டால் என்ன என்றுகூட நினைத்தாள். தன்னுடைய அப்பா என்று தோன்றும்படியாக இருக்கும் யாராவது இருக்கிறார்களா என்று ஒரு முறை நோட்டம் விட்டாள்.

அப்படி யாராவது சம்மதிப்பார்களா? அதற்கெல்லாம் நேரமில்லையே. இதை நான் முதலிலேயே யோசித்து இருக்க வேண்டும். அப்போது அட்மிஷன் கிடைக்குமா என்பதில் தான் கவனம் இருந்தது. மாடுகள் எல்லாம் சுற்றிலும் இருந்து சிரித்தன. புதுக்காளை சீறிப்பாய்ந்து வந்தது, காலைச் சுற்றிலும் பாம்புகள் குறுக்கும் நெடுக்குமாக ஓடின. தலையின் முடி வழியாக மாடுகளின் மூத்திரமும் சாணியும் சொட்டு சொட்டாக உருகி அவள் கன்னங்கள் வழியாக உருண்டு கீழே விழுந்தன. ஏர்ச்சாலின் குழிக்குள் கால்கள் புதைந்து கொஞ்சம் கொஞ்சமாக அவள் உள்ளே போய்க்கொண்டிருந்தாள். இன்னும் ஒரு நிமிடத்திற்குள் அவள் மூக்கும் சேற்றுக்குள் புதைந்துவிடும்.

"சுசீலா உண்டோ?" தலையை உழுப்பி நிகழ்காலத்துக்கு வந்தாள்.

"அதே உண்டு, ஞானானு சுசீலா" அவள் குரல் கிணற்றுக்குள் இருந்து ஒலித்தது.

"சர்டிபிகேட்களொக்கெ எடுக்கு." படபடவென்று தான் கொண்டு சென்றிருந்த எல்லா சர்டிபிக்கேட்டுகளையும் எடுத்து நீட்டினாள்.

"இயாளுடே ரக்ஷகர்தாவெவிடே" அவர் கேட்டார்.

"ஐயோ கேட்டுட்டாங்களே... இப்ப நான் என்ன பண்ணுவேன்... பெற்றோர் எங்கே என்று கேட்கிறாரே இப்ப நான் என்ன பண்ணுவேன்... ஐயோ..."

"முடியாதுன்னு அனுப்பப் போறாங்க... இன்னைக்கு அட்மிஷன் நடக்காது... கடவுளே... நான் பட்ட கஷ்டமெல்லாம் வீணாபோச்சா..." ஒன்றும் பேசாமல் ஏமாற்றதின் உச்சத்தில் அந்த ஆசிரியரையே அவள் பார்த்துக்கொண்டு நின்றாள். அவள் முகத்தில் இருந்த கையற்ற நிலையைப் புரிந்துகொண்ட அந்த ஆசிரியர் அவளை உற்றுப் பார்த்து, அவளுக்கு மட்டும் கேட்கும்படியாக,

"நினக்கு நின்டெ அச்சன்டெ ஒப்பிடான் அறயாமோ?" என்றார். அங்கு தொங்கவிடப் பட்டிருந்த மின்விசிறியில் சத்தம் மட்டுமல்லாமல் காற்றும் பூக்களும் ஒருங்கே உதிர்வதை சுசியால் உணரமுடிந்தது.

ஃபுட் வால்வை சரிசெய்து பழைய இடத்தில் கொண்டு வந்து குப்பைகள் வந்து அடைக்காமல் இருக்க ஒரு மூங்கில் கூடைக்குள் வைத்து தண்ணீருக்குள் அழுத்தி வைத்தாள். பிறகு பைப்பில் தண்ணீர் நிறைத்து அப்பாவை மோட்டார் ஆன் செய்யச் சொன்னாள். மோட்டார் உற்சாகமாகத் தண்ணீர் இழுப்பதை வால்வுக்கு வெளியே கைவைத்து உணர்ந்தாள்.

இப்போது இருட்டு, சேறு, மீன், பாம்பு எதுவும் அவளுக்கு ஒரு பிரச்சினையாகத் தெரியவில்லை. ஸ்பேனரை இடுப்பில் செறுகிக்கொண்டு கயிற்றைப் பிடித்துக் கடகடவென்று மேலே ஏறி வந்தாள். அப்பா அவள் தோளைத் தட்டி

"நீ எம்புள்ளை" என்றார்.

அவள் சிரித்துக்கொண்டாள்.

# மகட்பாற் காஞ்சி

அதிகாலை மூன்று மணிக்கு மிகுந்த உற்சாகத்தோடு மூப்பன் துடுக்காக முன்னால் நடந்து கொண்டிருந்தான். தூக்கக் கலக்கத்தோடு மணியன் பின் தொடர்ந்துகொண்டிருந்தான். நல்ல நிலா வெளிச்சம் இருந்ததால் இருபுறமும் திருகுகள்ளிச் செடிகள் நிறைந்து நின்ற அந்த இட்டேரி கூட வெளிச்சமாக இருந்தது. மார்கழி மாதக் குளிர் தன் ஆதிக்கத்தைக் காட்டி அவர்களைக் கைகட்டி நடக்கச் செய்தது.

முன்னால் நடந்த மூப்பனுக்கு 45 வயதிருக்கும். உழைத்து உரம் ஏறிய உடல், சுருண்ட தலைமுடி, கல்லில் செதுக்கிய சிலை போல் இருந்தான். ஊர்த் தலைவன் என்றாலும் எந்தவிதத் தலைக்கனமும் அவனிடம் இருப்பதாகத் தெரியவில்லை. அவன் இடுப்பில் செருகி இருந்த கனத்த மண்டையருவாளின் வளைந்த கைப்பிடி சட்டைக்கு வெளியே தன்னிருப்பைக் காட்டிக் கொண்டு நின்றது.

உடன் சென்ற மணியனும் இதே அங்க அடையாளங்களுடன் வயதில் சற்று இளையவனாகக் காணப்பட்டான். ஒரு துண்டுத் துணியின் இரு பக்கங்களில் கட்டப்பட்ட கட்டிச்சோறுகளை இருவரும் மாலை போல் கழுத்தில் அணிந்திருந்தனர்.

“எப்படியாவது கிழக்கு வெகிறிகுள்ள நீலமலை அடிவாரத்துக்குப் போயிரணும். அப்புறம்

மொதமலையான மீச மலை ஏறி, கையூத்துச் சொனை வழியா அஞ்சு கல்லு தூரம் மேக்க நடந்தா மொளம்பொதருக வரும். அங்க நமக்குத் தேவையான மூங்கில்களை வெட்டிட்டுத் தூக்குற அளவு ஒரு செம கட்டி எடுத்து அவசர அவசரமா இருட்டுறதுக்குள்ள கீழ இறங்கி வந்து அடிவாரத்தில் இருக்கிற கள்ளிப்பதியில தங்கி, தூங்கி எந்திரிச்சு விடியக் காலைல திரும்பி வந்தா நாளைக்கு மத்தியான வாக்குல பாறக்காட்டுப் பதிக்கு வந்துரலாம்." மூப்பன் தாங்கள் செய்யப்போகும் பணியின் திட்டத்தை விரிவாக விளக்கினான்.

"சரி போயிடலாம்" என்று மணியன் கூறினான்.

ஆனால் அவன் குரலில் தெரிந்த ஒரு உற்சாகக் குறைவை கவனித்த மூப்பன், "என்னடா நீதானே கூரை எல்லாம் நஞ்சு போச்சு அடுத்த மழைக்குள்ள புதுக் கூரை மேயணும் அதுக்கு மூங்கபட்ட வேணும்னு சொல்லி என்னெ நச்சரிச்சுட்டே இருந்தே. இப்ப ஏன்டா உர்ருன்னு வர்றே..."என்ற மூப்பனிடம்,

"ஒன்னும் இல்ல மாமா. நேத்து நான் தூங்கப்போன போது கொஞ்சம் நேரமா போச்சு. காலையில சடுதியில் எந்திரிச்சிட்டோமில்ல அதான் தூக்கம் விட மாட்டேங்குது."

மணியன் சமாளிக்கிறான் என்பதைப் புரிந்துகொண்ட மூப்பன் சரி அவனே சொல்லட்டும் என்று விட்டுவிட்டான்.

"மணியா... இதுக்கு மொதல்ல நீ மலைக்கு மரம் வெட்ட ஏதாவது போயிருக்குறியா?"

"இல்ல மாமா இதுக்கு மொதல்ல நான் செராமிப்பதியில இருக்கும் போது, ஒரு தாட்டி மலைக்குப் போகப் பொறப்பட்டுப் பகுதி தூரம் போனப்ப ஒரு கரடி தூரத்தினங்காட்டி திரும்ப வந்துட்டோம். அதுக்குப் பின்னாடி நான் போனதில்ல. நீ நிறைய தடவை போயிருப்ப இல்லையா மாமா?" என்றான்.

"அடப்போடா... நான் பிறந்து வளர்ந்ததே மலையிலதான். இப்ப நம்ம போறோம் இல்ல மீசமலை அதையும் தாண்டி ரெண்டு மலை உள்ள நடந்தா சுக்கம்பதி வரும். அங்கதான் நான் பிறந்து வளர்ந்தேன்."

"வனத்திலயா மாமா... சுக்கம்பதி பத்தி நான் கேட்டு இருக்கிறேன். ஆனா போனதில்ல. என் பொஞ்சிரப்பன் அடிக்கடிச் சொல்லுவான். அதுக்குப் பக்கத்துல எங்கேயோ

வெள்ளைக்காரத்துரை பங்களாவு இருந்ததுன்னு சொல்லுவான். நான் நம்பல."

"யாரு காளியா...? அவன் சொல்றது வாஸ்தவம்தான். நான் சின்னப் பையனா இருக்குறப்பவே காளி எல்லாம் நல்ல வயசுப் பசங்க. துரை பங்களா பக்கத்தில சுத்திக்கிட்டே இருப்பானுங்க. எங்க பதியில இருந்து ஒரு அஞ்சு ஆறுகல் தூரத்துல தான் அந்த வெள்ளைக்காரத் துரை பங்களா இருந்தது. நான் கூட ஒரு தடவை அந்தத் தொரயைப் பார்த்து இருக்கேன். கையில பெரிய துப்பாக்கி எல்லாம் வச்சிருப்பான்." கதை போல் விளக்கினான்.

"அந்தத் தொரை கண்ணுல கண்டவங்களையெல்லாம் சுடுவான்னு சொல்லி பொஞ்சிரப்பன் (மாமனார்) சொல்லிட்டு இருந்தா. அது நிசமா மாமா." சந்தேகத்தோடு மணியன் கேட்டான்.

"ஆமான்டா.. அந்தத் தாயோலிக்கு.. மானுன்னும் இல்ல மனுஷனுன்னும் இல்ல... எரிச்ச மயிறு வந்தா எல்லா மயித்தையும் சுட்டுத் தள்ளிடுவான். ஆரும் கேக்கறதுக்கு இல்ல. அவன் வெச்சதுதான் சட்டம்." வெறுப்பு தெறித்தது.

"அப்புறம் ஏன் மாமா அங்கிருந்து இங்க வந்துட்டே?"

"உன் மாமன் காளியும் அவனோட சோட்டாளிகளும் சேர்ந்து வெள்ளக்காரன் சுட்டுக் கொன்னு உப்புக் கண்டம் போட வச்சிருந்த ஒரு பெரிய மௌாவ ராத்திரிக்கு ராத்திரி திருடிட்டு வந்துட்டானுங்க. கொண்டு வந்து கூறு போட்டு எல்லாக் கூரைக்கும் கறி கொடுத்தானுக. சரி வேட்டையாடி இவனுகதான் புடிச்சிட்டு வந்தானுகன்னு நினைச்சு எல்லாரும். கறியத்தின்னுபோட்டு வெடிய வெடிய ஆட்டமும் பாட்டுமா இருந்தது. விடியக் காலையில்தான் அவனுக இது வெள்ளைக்காரன் பங்களாவில கட்டித் தொங்க விட்டிருந்தத திருடிட்டு வந்தம்ன்னு சொன்னானுக. எங்க அப்பன்தான் ஊரு மூப்பன். அப்பனுக்குப் பகீர்னு பயம் வந்துருச்சு. அந்த வெள்ளக்கார நாய் வந்து படபடன்னு சுட்டுத் தள்ளிடுவானேன்னு சொல்லி. விடியறதுக்குள்ள பதியை விட்டு எல்லாரும் கையில கிடைச்ச பொருள்களை எடுத்துக்கிட்டு இறங்கி அடிவாரத்துக்கு வந்துட்டோம்." மூப்பனின் குரலில் இழப்பின் வருத்தம் தெரிந்தது.

“அப்புறம் அந்தத் தொரை தேடிகிட்டு வந்தானா?” மணியன் ஆவலோடு கேட்டேன்.

“யாருக்குத் தெரியும்... வந்து இருப்பானா இருக்கும். அங்கதான் யாருமே இல்லையே.”

“அப்படின்னா... நேரா இப்ப இருக்கிற பாறக்காட்டுப்பதிக்கு அப்பவே வந்துட்டீயா மாமா?”

“இல்ல.. இல்ல... அதுக்குப் பிறகு வால்பாறை பக்கத்துல சிங்கஞ்சிறைப் பதியில ஒரு பத்து இருபது வருஷம் இருந்தேன். அங்க வச்சுதான் நான் செல்லிய கெட்டினது.”

“அப்புறம் ஏன் மாமா மலையை விட்டு இங்கே வந்தே?” ஆதங்கத்தோடு மணியன் கேட்டான்.

“இந்தியாவுக்குச் சுதந்திரம் வந்துருச்சுன்னு வெள்ளைக்காரர்களெ எல்லாம் துரத்தி விட்டுட்டாங்க. சரி இனிமே பயமில்லை காட்டுக்குள்ள போயி நம்மளுக்குத் தேவையானதை எடுத்து அடிவாரத்தில் கொண்டு வந்து வித்து வாழலாம்னு சந்தோசமா இருந்தா. வெள்ளக்காரத் தொரையை விட அக்கிரமம் புடிச்ச தாயோலிகளா இருக்கானுக நம்ம ஊரு வன ஆபீஸருக. ரொம்பக் கெடுபிடி.. 24 மணி நேரம் நம்மளச் சுத்திகிட்டே இருப்பானுங்க.. பொண்டு புள்ளைகளைக் கூட விட்டு வைக்கிறது இல்ல... காட்டுக்குள்ளேயும் போக முடியாம கூலிக்கும் போக முடியாம... சோத்துக்கு வக்கில்லாம பட்டினி கிடந்து தவிச்சுப் போனோம். அப்ப பாத்து ஒரு பஞ்சம் வந்தது. மழைங்கிற வாசமே இல்லாம எங்க பார்த்தாலும் காஞ்சி தீஞ்சு கிடந்தது. அதான் அங்கிருந்து கொஞ்சம் பசுமையா இருந்த கேரளா பக்கத்துக்கு வந்துட்டோம். நான் இங்கு வந்து ஒரு பத்து வருஷம் ஆச்சு.” மூப்பன் மனதில் பழைய கால நினைவுகள் கடந்து சென்றன. அதில் ஒரு காலகட்டச் சமூக வரலாறு தேங்கிக் கிடந்தது.

“அப்படீன்னா... நம்ம போற பக்கத்துல வன ஆபீஸருக இருக்க மாட்டாங்களா மாமா...” சற்று பயத்தோடு மணியன் கேட்டான்.

“நம்ம போறது மொளங்காட்டுக்கு. அந்த மூங்கப் பொதர்களுக்கு இடையில ஆனைக நிறைய இருக்கும். அதனால ஒருத்தனும் அந்தப் பக்கமே வரமாட்டானுங்க.” நம்பிக்கையோடு மூப்பன் கூறினான்.

இதைக் கேட்டபோது மணியனுக்குத் தூக்கி வாரிப் போட்டது போல் இருந்தது.

"என்ன மாமா சொல்ற... அப்ப ஆனை நம்மள ஒன்னும் பண்ணாதா?" குரலில் பதட்டம் தெரிந்தது.

"டேய்... அதோட வீடு... அது வரும்... போகும்... நம்ம போயி நம்ம வேலையைச் செஞ்சுட்டு வந்துட்டே இருக்கணும். அதைப் போய் தொந்தரவு பண்ணாம இருந்தா சரி. கூட்டம் கூட்டமா வரும் அதோட வேலைய அது செஞ்சிட்டுப் போயிடும். பயப்படாதெ... நான் இருக்கிறனல்ல கூட" என்றான் மூப்பன்.

தானும் ஒரு பழங்குடி என்றாலும் கூட வனத்தில் வாழ்ந்து பழக்கம் இல்லாத மணியனுக்கு அது சற்று உதறலாகவே இருந்தது. சூரியன் உதிப்பதற்கான அறிகுறிகள் வானத்திலும் மூப்பன் கூட இருப்பதன் தைரியம் மணியனின் உள்ளத்திலும் தென்படத் தொடங்கின.

பேசிக்கொண்டே நடந்ததில் அலுப்பு தெரியவில்லை. இன்னும் ஒரு மணி நேரத்திற்குள் தாங்கள் திட்டமிட்டபடி மலையடிவாரத்தை எட்டிவிட வேண்டும் என்று நடையின் வேகத்தைச் சற்று கூட்டினார்கள்.

அவர்கள் நடந்துகொண்டிருந்த இட்டேரி முடிந்துவிட்டது. அங்கிருந்து தொடங்கிய ஒத்தையடிப் பாதையில் மலையை நோக்கி நடந்தனர். அதிகமான ஆள் போக்குவரத்து இல்லாததால் பாதையின் இருபுறமும் செடிகள் வளர்ந்து தடத்தை மறைத்து நின்றன. மூப்பன் அவனது மண்டையருவாளை எடுத்துச் செடிகளை வெட்டிக்கொண்டே முன்னால் நடந்தான்.

ஆங்காங்கு தெரிந்த புதர்களும் முச்செடிகளும் காடெரித்து வெள்ளாமை செய்ததற்கான அறிகுறிகளும் தென்பட்டன. மார்கழி மாதப் பனி, காய்ந்து நின்ற வேர்களுக்கு ஆசை காட்டி இலை உச்சியில் இருமாப்போடு திரண்டு நின்றது. வேகமாக நடந்து செல்லும் வெறும் கால்களுக்கு இது எங்கு தெரியப் போகிறது?

இப்போது அந்த ஒத்தையடிப் பாதையும் நின்றுவிட்டது. மேலே செல்வதற்கான பாதை எதையும் காணவில்லை. தூரத்தில் இருந்து பார்த்தபோது மயக்கும் நீல வண்ணத்தில் தோன்றிய மலை இப்போது மிக அருகில் நீலமற்ற இயல்பான மலையாகத் தோன்றுகிறது. வாழ்க்கையும் பலவேளைகளில்

இது போலத்தான் என்று மணியன் நினைத்துக்கொண்டான். இனி என்ன செய்வது என்பது போல் பார்த்த மணியனிடம்,

“மலைக்குப் போவது என்றால் இப்படிக் காடுவெட்டிதான் மேல போக வேண்டும்” என்று சொல்லி முன்னால் இருந்த புதர்களை வெட்டி ஒரு நடைபாதையை உருவாக்கிக்கொண்டே முன்னேறினான் மூப்பன். மணியனும் தன் பங்குக்குப் பக்கவாட்டில் இருந்த நாகிறிஞ்சிச் செடிகளை வெட்டிய வண்ணம் முன்னால் நடந்தான்.

காலையில் ஏழு மணி அளவில் மலையடிவாரத்தில் உள்ள சுள்ளி ஆற்றின் கரைக்குச் சென்று சேர்ந்தனர். நீண்ட நேர நடைப் பயணம், செடிகளை வெட்டிக்கொண்டே வந்ததால் ஏற்பட்ட களைப்பு எனச் சோர்ந்து ஆற்றின் கரையில் இருந்த ஒரு பாறையில் அமர்ந்தனர்.

கொண்டு வந்திருந்த கட்டிச்சோற்றை அவிழ்த்து, கடலை எண்ணெய்யின் மணத்தோடு இருந்த புளிச்சோற்றைப் பார்த்தபோது முகத்தில் ஒரு மகிழ்ச்சி தோன்றியது. செல்லி புளிச்சோற்றின் உள்ளே உப்புக் கண்டம் போட்ட கீரிக் கறித் துண்டுகள் சிலவற்றையும் வைத்திருந்தாள். இரண்டு துண்டுகளை மணியனுக்கும் எடுத்துக்கொடுத்தான். களைப்பு, ஆற்று நீரின் சலசலப்பு, பசி, உணவின் மணம், என ஒரு ஆனந்தமான சூழலை உருவாக்கியது. அதையெல்லாம் ரசிப்பதற்காகவா அவர்கள் அங்கு வந்துள்ளார்கள்?.

“மணியா... நம்ம வீணாக்குற ஒவ்வொரு நிமிசமும் நமக்கு ஆபத்துதான். வேகமா தின்னு... போகலாம்” மூப்பன் அவசரப்படுத்தினான்.

மூப்பன் சென்று அருகில் இருந்த ஒரு தேக்கம் புதரில் இருந்து வளைவில்லாமல் இருந்த இரண்டு குச்சிகளை வெட்டி எடுத்தான். அவற்றைச் செதுக்கி இருவரும் கைத்தடிகளாக வைத்துக்கொண்டு அதை ஊன்றி ஊன்றி பாறைகளுக்கு இடையே மலை ஏறத் தொடங்கினர்.

ஒரு காலத்தில் பெரும் மரங்களோடு கம்பீரமாக நின்ற அந்த மீசை மலை இப்போது யாருக்கும் வேண்டாத சில முள் மரங்களோடும் புதர்களோடும் தனது கம்பீரத்தை இழந்து நிற்பது போல் மூப்பனுக்குப் பட்டது.

அந்த நினைவை மாற்றி, "மணியா நான் வர்றப்பவே கவனிச்சேன் உனக்கு என்னடா பிரச்சினை. ஏன் நீ மொகம் வாடி இருந்தே?" மூப்பன் அக்கறையோடு கேட்டான்.

"ஒன்னும் இல்ல மாமா என்னோட ரவுட்டி(மனைவி) வெள்ளச்சிக்கு ஒரு சல்லியம். அவ வந்து பெராது சொல்லிட்டு இருந்தா... அதான்..." இழுத்தான் மணியன்.

"என்ன பெராதுடா... என்கிட்ட ஏன் சொல்லல... நான் ஊரு மூப்பனாக இருக்கும்போது என்கிட்ட ஏன் சொல்லல. நேத்து கூட பார்த்தேன் அவ நல்லாதானே பேசிட்டுப் போனா." மூப்பன் ஆதங்கப்பட்டான்.

"முத்துராசு இருக்கான் இல்ல.. அந்த வக்காளோளியோட சல்லியம் தாங்க முடியலன்னு அவ ஒரே பெராது சொல்லிட்டு இருக்கா. எப்பப் பாரு அவளெ கிண்டல் அடிக்கிறது. தனியா மாட்டுச்சாளைக்கு வான்னு கூப்பிடுறது. அப்படின்னு ஒரே பிரச்சினையாமா மாமா."

"யாரு நம்ம சின்ன முதலாளியா... அந்தத் தாயொலிக்கு என்ன பிரச்சினை? அவன் கல்யாணம் முடிச்சு குழந்தை குட்டி இருக்கிற நாய்தானே. அவன் பொண்டாட்டிய போய்க் கூப்பிட வேண்டியதுதானே..."ஆக்ரோஷித்தான் மூப்பன்.

"நாங்க இந்தப் பதிக்கு வந்து மூனு மாசம் ஆச்சு. எப்ப வெள்ளச்சி தோட்டத்துக்கு வேலைக்குப் போகத் தொடங்கினாளோ அப்ப இருந்தே அவன் பிரச்சினை பண்ணிட்டுதான் இருக்கிறான். இவ வேற... கந்து வட்டிக்காரன் கிட்ட காசு வாங்கி வெள்ளாட்டுக் குட்டி இரண்டு வாங்கி கட்டி வச்சுட்டா... அந்தக் காசை வாரவாரம் கட்டாட்டி அந்தக் கட்டியத்தின்னி... கந்துக்காரன் வந்து கெட்ட வார்த்தையா பேசிட்டு இருக்கான். அதுதான் வேற வழி இல்லாம... அவ வேலைக்குப் போக வேண்டியதா இருக்கு. நான் போய்க் கேட்கலாம்னு பார்த்தா... அதுக்கும் விடமாட்டேங்குறா... அவனுக்கெல்லாம் வெட்றதுக்கு, குத்துறதுக்குக் கூட பயப்படாத ஆளுகன்னு பயம் காட்டுறாங்க." குழப்பமான மனநிலையில் மணியன் கூறியதைக் கேட்டு,

"நீ கவலைப்படாத நான் போய் பெரிய மொதலாளி காதுல போட்டு வைக்கிறேன். அந்த ஆளு ஒரு நல்ல மனுஷன். பஞ்சாயத்து பிரசிடெண்டா எல்லாம் இருந்திருக்கிறான்." ஆறுதல் கூறினான் மூப்பன்.

“இந்த நாய்க்கு என்ன குறை… பத்துப் பதினைந்து வல்லத்தோட்டம், மஞ்சி மில்லு, காரு, லாரி நேரத்துக்குச் சோறு, இந்த நாய்க்கு என்ன குறை. அவனோட தெணவுக்குப் பதிப் பொம்பளைய கேக்குதோ?” மணியின் முகத்தில் கோபம் தாண்டவம் ஆடியது.

“சும்மா கிண்டல் மட்டும்தான் அடிச்சானா… இல்ல வேற ஏதாவது பண்ணுனானா?” மூப்பன் மனதில் ஒரு சந்தேகம்.

“அவளைப் பார்த்தா ஐயர் வீட்டுப் பொண்ணு மாதிரி இருக்காமா. பதி பொம்பள மாதிரி இல்லையாமா. நீ என் கூட வந்துரு நான் பொள்ளாச்சிப் பக்கத்துல ஒரு வீடு வாங்கி அங்க உன்னைத் தனியா வச்சுக்கிறேன்னு சொன்னானாமா. எனக்கு வர்ற கோவத்துல அவனப்போய் துண்டம் போடணும் போல இருக்கு. நானும் அதே தோட்டத்துல வேலை செஞ்சுகிட்டு இருக்கேன். இவனுக்கு எவ்வளவு தெனாவெட்டு இருந்தால் என் பொண்டாட்டி கிட்ட போயி இப்படிப் பேசிட்டு இருப்பான்.? இன்னைக்கு நான் வேற… இங்க வந்துட்டேன்…” மணியனின் முகவாட்டத்திற்கான காரணத்தைப் புரிந்துகொண்ட மூப்பன் அந்த மனநிலையை மாற்றுவதற்காக,

“பரவாயில்ல… உனக்குக் கோவம் வந்தது கூட ஒரு விதத்தில் நல்லதுதான். கடகடன்னு மலை ஏறி வந்துட்டோம் பாத்தியா… இதுதான் கையூத்துச் சுனை. இதுல குளிச்சா எல்லா கோபதாபங்களும் போயிரும் வா…” என்றான்

அவர்களோடு சேர்ந்து சூரியனும் மலையேறி இப்போது உச்சியை எட்டி இருந்தான். கையூத்து சுனை ஒரு சிறிய கையாறு. எந்த வேனலிலும் தண்ணீர் வற்றாது. மழைக்காலத்தில் இது பெரிய ஆறாக ஓடியதற்கான அறிகுறிகள் தென்பட்டன. இப்போது முழங்கால் அளவுக்கு மட்டுமே தண்ணீர் இருந்தது. தெளிந்த அந்த நீரைக் கண்டபோது மூப்பனுக்கு ஆனந்தம். தனது துணிகளை அவிழ்த்துக் கரையில் வைத்துவிட்டுத் தாயிடம் பால் குடிக்கும் பச்சைக் குழந்தையின் மனநிலையோடு தண்ணிக்குள் குப்புறப்படுத்தான். நீண்ட இடைவேளைக்குப் பின் தன் குழந்தையைக் கண்ட தாயென சுனை அவனை அணைத்துக் கொண்டது.

மணியனுக்கு மூப்பனைப் போல எல்லாத் துணிகளையும் களைந்து அம்மணமாக நிற்கக் கூச்சமாக இருந்ததால் அவன் துண்டை எடுத்துச் சுற்றிக்கொண்டு பிற துணிகளை

அவிழ்த்துவிட்டு இறங்கினான். சிறிது நேரம் தண்ணீருக்குள் இருந்தபோது களைப்பு முற்றிலுமாக மாறிவிட்டது.

கொண்டு வந்திருந்த இரண்டாவது கட்டுச் சோற்றை எடுத்துத் திறந்து அதில் கொஞ்சமாக உணவை இருவரும் உண்டு விட்டு மீண்டும் சோற்றைக் கட்டி எடுத்துக்கொண்டனர்.

மேற்காக ஓடிய அந்தக் கையூத்துச் சுனையின் கரை வழியாக இருவரும் மேற்கு நோக்கி நடக்கத் தொடங்கினர். பல ஆயிரம் ஆண்டு பயணத்தைத் தொடரும் உருளைக்கற்களை மிதித்து உதாசீனப்படுத்திய இரண்டு மணி நேர நடை. மூங்கில்கள் காற்றில் உரைந்து ஏற்படும் சத்தம் கேட்கத் தொடங்கியது. அதுவரை அமைதியாக எல்லாவற்றையும் பொறுத்துக்கொண்டிருந்த காடு தன் அனைத்துவிதமான ஆதங்கங்களையும் பெரும் சலசலப்புடனும் ஆங்காரத்துடனும் கொட்டித் தீர்ப்பது போல் இருந்தது.

முதன்முதலாக வரும் மணியனுக்குக் கொஞ்சம் பயத்தை அது ஏற்படுத்தி இருப்பினும் அந்தப் பயம் அவனுக்கு ஒரு அலாதியான மகிழ்வையும் தந்தது. ஒரு குறிப்பிட்ட இடம் வந்ததும் ஆற்றின் கரையில் இருந்து தெற்கு திரும்பி, மேலே ஏறி, மூங்கில் புதர்கள் அண்டி அடர்ந்து இருக்கும் காட்டினுள் நுழைந்தான் மூப்பன்.

“இங்கேயே... ஆத்தோரமா நிறைய மூங்கில்கள் இருக்குல்ல... இங்கேயே வெட்டிரலாமே மாமா... கொண்டு போறதற்கும் வசதியா இருக்கும் இல்லையா?” என்றான் மணியன்.

“டேய் மணியா... எல்லா மூங்கிலும் பாக்குறதுக்கு ஒரே மாதிரிதான் இருக்கும்... ஆனால் அது ரொம்ப நாளைக்கு நீடிக்கணும்னா... கல்லாங்குத்து மூங்கிலா பார்த்து வெட்டணும். தண்ணி நிறைய இருக்குற இடத்துல இருக்குற மூங்கிலு.. பொதபொதன்னு... வேகமா. பெருசா வளந்திடும். ஆன போடையா இருக்கும். ரெண்டே வருஷத்துல உளுத்துப் போயி ஒடிய ஆரம்பிச்சுடும். ஆனா தண்ணி கிடைக்காம, வறட்சியில சிரமப்பட்டு வளந்த கல்லாங்குத்து மேல இருக்கிற மூங்கிலு பாக்குறதுக்குச் சிறுசா இருந்தாலும் எலும்பு மாதிரி காலத்துக்கும் கிடக்கும் என்னை மாதிரி” என்று கூறி தோளைத் தட்டி காட்டிச் சிரித்தான்.

இந்த அறிவு மணியனுக்குப் புதிதாக இருந்தது. தன்னைவிட 20 வயது மூத்த உலக அறிவுள்ள மூப்பன் சொன்னால்

சரியாகத்தான் இருக்கும் என்று நினைத்து அவன் பின்னாலேயே சென்றான்.

சற்று உயரத்தில் இருந்த பாறைக் கூட்டத்திற்கு இடையே உள்ள ஒரு மூங்கில் தூரை அடையாளம் கண்டு அங்குள்ள மூங்கில்களை இருவரும் வெட்டத் தொடங்கினர்.

"கணுக்கால் அளவு கனமான ஒரு பத்து பத்து மூங்கில வெட்டி கத்த கட்டிக்கலாம். பேராசைப்பட்டு நிறைய வெட்டுனா செமக்க முடியாது. அஞ்சு மூங்கில ஒடச்சு பரப்பி பந்தல் கட்டினீன்னா ஒரு பக்கம் கூர அடைந்துவிடும் அதே மாதிரி அந்தப் பக்கமும் வைத்துக் கட்டினால் போதும். அதுக்கு மேல கொஞ்சம் சம்புப்புல்ல கொண்டு வந்து ஒரே மாதிரி அறுத்துப் போட்டு மேல ஒரு சூரி கவுத்துல ஒரு வரி வரிஞ்சிட்டா கூர சம்முனு புதுசாயிரும். எப்பேர்பட்ட அடை மழை பேஞ்சாலும் ஒரு சொட்டுத் தண்ணிகூட உள்ள வராது." மூப்பனிடமிருந்து அனுபவமும் மூங்கில் சிராய்களும் ஒருபோல் தெறித்தன.

மணியன் மூன்று மாதங்களுக்கு முன்பாக வெள்ளச்சியைக் கூட்டிக்கொண்டு பாறை மேட்டுப்பதிக்கு ஓடி வந்துவிட்டான். முத்துராசு சொன்னது சரிதான். வெள்ளச்சி சினிமா நடிகை போல மிக அழகாக, லட்சணமாக இருந்தாள். அவளது சுருண்ட முடி அவளது அழகுக்கு மெருகூட்டுவதாக இருந்தது. மணியனுக்கு வெள்ளச்சி என்றால் உயிர். அவள் பின்னால் பலர் சுற்றியும் அவள் யாரையும் சட்டை செய்யாமல் மணியனோடு தீராத காதல் கொண்டு அவனோடு ஓடி வந்து விட்டாள். அவர்கள் ஓடி வந்ததை அறிந்த மூப்பன்தான் பாறைமேட்டில் இருந்த ஒரு பழைய குடிலைக் காட்டி அங்கு தங்கச் சொன்னான். அந்தக் கூரை யாரும் வசிக்காததாலும் கவனிக்காததாலும் மிகப் பழையதாக இருந்தது. வெயில் அடித்தால் கூடச் சூரியக் கதிர்கள் வட்ட வட்டமாகத் தங்களது இருப்பைக் கூரைக்குள் பதிவு செய்துவிட்டுப் போயின. மழை வந்தால் எப்படி இருக்கும் என்பதைச் சொல்ல வேண்டியதே இல்லை. தன்னை நம்பி தன்னோடு வந்த வெள்ளைச்சியை வசதியாக வாழ வைக்க வேண்டுமென்பது மணியனின் லட்சியமாக இருந்தது. அவன் தோட்டத்திற்குப் போய் சம்பாதிக்கும் பணம் தினசரிச் செலவுகளுக்குப் போதுமானதாக இருந்தது. ஒரு கூரை வைக்க வேண்டுமானால் அதற்கு நிறைய செலவு ஆகும்.

தன் வருத்தத்தை மூப்பனிடம் கூறிய போது வனத்தில் போய் மூங்கில் வெட்டிக்கொண்டு வரும் யோசனையை மூப்பன் தான் கூறினான். அந்தப் பயணம்தான் இன்று இங்கு வந்து சேர்ந்துள்ளது.

மூப்பன் அடையாளம் காட்டின மூங்கிலை அதன் சுற்றிலும் உள்ள புதர்களை வெட்டிவிட்டு மணியன் வெட்டத் தொடங்கினான். மூப்பனும் தோதாக இருந்த ஒரு மூங்கில் தூரை வெட்டிச் சுத்தம் செய்து வெட்டத் தொடங்கினான். மூங்கில்களை வெட்டுவது பெரிய சிரமமாக இல்லை. ஆனால் அவற்றை அந்தப் புதரில் இருந்து பிரித்து இழுத்து வெளியே கொண்டு வருவது மிகப்பெரிய சவாலாக இருந்தது.

இருவரும் நான்கு மூங்கில்கள் வீதம் வெட்டி இழுத்து ஒரு சமமான பகுதியில் வைத்துக் கணுக்களை வெட்டி அரக்கிச் சுத்தம் செய்து கீழே பனம் பட்டை நாரையிட்டுக் கட்டுவதற்கு ஏதுவாக அடுக்கி வைத்தனர். இன்னும் இரண்டு மூங்கில்கள் வெட்டினால் ஒரு செமை கட்டிவிடலாம். இவர்களது உழைப்பு சூரியனுக்குக் களைப்பைத் தந்துவிட்டது போல் சூரியன் களைத்துக் கீழே இறங்கத் தொடங்கியிருந்தான்.

“இப்படி மொல்ல செஞ்சா வேலை நடக்காது. சடுதியா செஞ்சா மட்டும்தான் ரெண்டு செம கட்ட முடியும். வேகமா வெட்டலாம் வா” என்று மூப்பன் அவசரப்படுத்தினான்.

அப்போது புதர்களுக்கு இடையில் பயங்கரமான சலசலப்பு ஓசை கேட்டது. இருவருக்கும் பகீர் என்றது. ஏதோ காட்டு மிருகங்கள் கூட்டமாக வருவது போன்ற உணர்வு. ரெண்டு பேரும் ஓடிப்போய் ஒரு மூங்கில் புதருக்குள் ஒளிந்து கொண்டனர். அங்கிருந்து பார்த்தபோது ஐந்து யானைகள் அடங்கிய ஒரு கூட்டம் வரிசையாக அந்த வழியே சென்றது. பெரிய கொம்புடன் இவ்வளவு பெரிய யானையை மணியன் தன் வாழ்வில் இவ்வளவு அருகில் பார்த்ததே இல்லை. அவனுக்குக் கை கால்கள் எல்லாம் நடுங்கத் தொடங்கியது.

மூப்பன் அவன் கையைப் பிடித்து பயப்படாதே இதெல்லாம் இங்கு சாதாரணம்தான் என்று அவனை ஆறுதல் படுத்தினான். சற்று நேரம் மூச்சு கூட விடாமல் உயிரைப் பிடித்துக்கொண்டு அமர்ந்திருந்தனர். யானைகள் இவர்கள் வெட்டியிட்டிருந்த மூங்கில் சருகுகளைச் சுழற்றி ஆர்வத்தோடு தின்று கொண்டிருந்தன.

ஒரு அரை மணி நேரம் இப்படியே போனது. யானைகள் இங்கேயே நின்றுவிட்டால் எப்படி வெளியே இறங்குவது, வெட்டி வைத்த மூங்கில்களைக் கொண்டு போவது என்று புரியாமல் மணியன் தவித்தான். இதெல்லாம் ஒரு பிரச்சினையே அல்ல என்பது போல மூப்பன் மீதமிருந்த கட்டிச்சோற்று உணவைச் சாவதானமாக உண்டு கொண்டிருந்தான். அவனையும் உண்ணும் படி கூறினான். தான் பழங்குடியாக இருந்தும் காட்டுக்கு அந்நியப்பட்டுப் போனதை மணியன் ஆழத்தில் உணர்ந்தான்.

நல்ல வேலையாக யானைகள் மெல்ல மேற்கு நோக்கி நடக்கத் தொடங்கின. அவை வெகு தூரம் போய்விட்டன என்பதை உறுதி செய்துவிட்டு இருவரும் வெளியே வந்தனர். அவசர அவசரமாக இன்னும் இரண்டு மூங்கில்களை வெட்டிச் செதுக்கி ஏற்கெனவே அடுக்கி வைத்திருந்த கற்றையில் சேர்த்து வைத்து ஒரு ஒன்றரை அடி நீளத்தில் ஒரு கட்டு என்று ஏழு கட்டுகளைக் கட்டினர்.

ஒரு வழியாக ஒரு செமை கட்டியாகிவிட்டது. இன்னும் பத்து மூங்கில்களை வெட்டி ஒரு செமை கட்டுவது நடக்குமா என்ற சந்தேகம் இருவருக்கும் ஏற்பட்டது. அப்போதுதான் அந்த அசம்பாவிதம் நடந்தது.

இவர்கள் கொஞ்சம் கூட எதிர்பார்க்காத அந்த நேரத்தில் ஒரு மிகப்பெரிய ஒற்றை யானை இவர்களை நோக்கி ஓடி வருவது தெரிந்தது. இருவரும் உயிரைப் பிடித்துக்கொண்டு இரு வேறு திசையில் ஓடத் தொடங்கினர். இரு வேறு திசைகளில் ஓடியவர்களை ஒரு கனப்பொழுது நின்று பார்த்துத் தயங்கி பின் 'அவன்தான் என் பங்காளி... நீ வெறும் விருந்தாளி... அவனைத்தான் ஒழிக்கப் போகிறேன்' என்று யானை எண்ணியது போல் மணியனை விட்டுவிட்டு மூப்பனைத் துரத்தியது. கண்ணுக்கெட்டிய தூரம் காணப்படும் அந்த மூங்கில் காட்டில் அவன் வளைந்து வளைந்து ஓடினான். அவனை விட லாகவமாக அந்த யானை அந்தக் காட்டுக்குள் அவனைத் துரத்தியது.

இனி ஓட முடியாது என்ற ஒரு சூழலில் மூப்பன் அவன் முன்னால் தெரிந்த பள்ளத்திற்குள் எட்டிக் குதித்தான். அங்கு தோதாக இருந்த ஒரு மூங்கில் புதருக்குள் ஒளிந்துகொண்டான். அவன் அந்தப் புதருக்குள் இருக்கிறான் என்பதை யானை கண்டு கொண்டது. முடிந்த அளவுக்குத் தும்பிக்கையை

நீட்டி அவனைப் பிடிக்க முயன்றது. பள்ளம் நல்ல சரிவாக இருந்ததால் யானைக்கு இறங்கவும் முடியவில்லை, அவனைப் பிடிக்கவும் முடியவில்லை.

சிறிது நேரம் அங்கேயே நின்றிருந்த யானை சென்றுவிட்டது. மூப்பனுக்குப் போன உயிர் திரும்ப வந்தது. அப்பாடா உயிர் பிழைத்தோம் என்று நினைத்து அவன் திரும்பிய போது, அந்த ஒற்றையானை காய்ந்த மூங்கில் ஒன்றை எங்கிருந்தோ எடுத்து வந்து தும்பிக்கையில் சுற்றிப்பிடித்து இவன் இருந்த மூங்கில் புதருக்குள் மிகப் பலமாகக் குத்தியது. சற்று ஏமாந்து இருந்தால் கூட அவன் நெஞ்சு பிளந்து இருக்கும். அந்தக் குத்துக்களுக்கு இலக்காகாமல் அவனால் முடிந்த அளவுக்குத் தள்ளி நின்று பார்த்தான். சரமாரியாக மின்னல் வேகத்தில் வரும் குத்துக்களை அவனால் தாக்குபிடிக்க முடியவில்லை. புதருக்குள் இருந்து வெளியே வருவதைத் தவிர வேறு வழியே அவனுக்கு இல்லை.

திரும்பவும் யானைக்குச் சுளுப்புக் காட்டி அங்கும் இங்குமாக ஓடினான். இந்த முறை அவன் ஒரு குத்து மேட்டின் மேல் இருந்த மூங்கில் புதருக்குள் ஓடிப் போய் ஒளிந்துகொண்டான். வரிசையாக இருந்த மூங்கில்களும் நட்டுக் குத்தலாக இருந்த மேடும் யானைக்கு அவனை நெருங்க முடியாமல் தடுத்தன.

ஆனால் யானை ஒரு முடிவோடு அவனைக் கொன்று விடுவது என்ற நிலையில் எப்படியாவது அவனைப் பிடிக்க வேண்டும் என்று முயன்றுகொண்டிருந்தது. கீழே இருக்கும் மூங்கில்களை ஒவ்வொன்றாக ஒடித்து மிதித்து அவனை நோக்கி முன்னேறியது. முதல்முறையாக மூப்பன் தன் உயிருக்கு ஆபத்தாகிவிடுமோ என்று அஞ்சினான்.

தனக்கும் மரணத்திற்குமான தொலைவு இன்னும் ஒரு ஆறு மூங்கில்களேதான் என்பதை உணர்ந்துகொண்டான். மறுபுறம் இறங்கி ஓடினால் சமவெளியாக இருப்பதால் எளிதில் யானையின் கையில் சிக்கிவிடுவான். திரும்ப முளங்காட்டுக்குள் ஓடுவது இயலாத காரியம்.

ஒரு சிறு மூங்கிலை அவசரமாக வெட்டி அதன் அடிப்பகுதியைக் கூர்மையாக்கி, மூங்கில்களை வளைத்து உடைத்துக் கொண்டிருந்த யானையின் தும்பிக்கையைத் தன்னால் முடிந்த அளவு பலம் கொடுத்துக் குத்தினான். அது ஏற்படுத்திய வலி யானைக்குக் கோபத்தை மீண்டும் கிளறி இருக்க வேண்டும்.

இப்போது இரண்டு மடங்கு வேகத்தில் மூங்கில்களை உடைத்துக்கொண்டிருந்தது.

இன்னும் மூன்று மூங்கில்களை உடைத்தால் தன்னைப் பிடித்து விடலாம் என்ற நிலை. என்ன செய்யலாம்? என்ன செய்வது? ஏதாவது உடனடியாகச் செய்ய வேண்டும் என்று அவசரமாக யோசித்தான். முடிந்த அளவு எதிர்த் திசையில் தள்ளி நின்று யானையின் தும்பிக்கைக்கு எட்டாமல் நிற்க முயற்சி செய்தான்.

இன்னும் இரண்டு மூங்கில்கள் மட்டுமே இடைவெளி. அதை உடைப்பதற்கான நேரத்தை வீணாக்காமல் கிடைத்த சந்தின் வழியாகத் தும்பிக்கையை நுழைத்து அவன் காலைப் பிடிப்பதற்கு யானை எத்தனிக்கிறது.

தும்பிக்கையின் ஈரமான நுனிப்பகுதியும் அதில் வரும் கோபமான மூச்சுக் காற்றும் அவன் கணுக்காலைத் தொட்டுச் செல்கின்றன. இன்னும் இரண்டு விரக்கடை நீளம் யானையின் தும்பிக்கை உள்ளே வந்தால் போதும். அவன் கால்களைச் சுழற்றிப் பிடித்து அந்த மூங்கில்களுக்கு இடையே இழுத்து விடும்... அவன் உடல் இரண்டாகக் கிழிந்துவிடும். இப்போது மரணம் அவன் முன் தலை விரித்து ஆடியது.

பயத்தின் உச்சியில் ஏற்படும் ஒரு வகையான மரவிப்பு அவன் மனதில் ஏற்பட்டது. யானை இரண்டாவது மூங்கிலை உடைப்பதில் மும்மரமாக இருந்தது. வெற்றியை மிக அருகில் பெறப்போகும் வீரனின் ஒரு தாண்டவ வெறி யானையின் கண்களில் பிரதிபலித்தது. அவன் வெளியே இறங்கி ஓடப்போவதில்லை என்று முடிவு செய்தான். இரண்டாவது மூங்கிலும் உடைந்த போது ஏற்பட்ட இடைவெளி யானைக்குத் தும்பிக்கையை இன்னும் நீளத்தில் அவனிடம் நீட்ட ஏதுவாக இருந்தது. அவனது மரணம் தும்பிக்கை வடிவாக அவனை நோக்கி நீண்டு வந்தது.

அவன் மெல்லப் பின் மாறி... தன் உடலின் ஒட்டுமொத்தப் பலத்தையும் இரு கைகளில் கொண்டு வந்து ஓரே வெட்டு... மண்டை அரிவாள் தன் வாழ்வின் மிகப்பெரிய சாதனையைச் செய்துவிட்ட ஆனந்தக் களிப்பில் குருதி சொட்ட எக்களித்தது. ஒரு அடி நீளத்தில் தும்பிக்கை துண்டு பட்டுத்தெறித்து அவனது காலடியில் வந்து விழுந்தது. யானையின் தும்பிக்கையிலிருந்து பீச்சியடித்த ரத்தம் அவன் மீது அபிஷேகமாகப் பொழிந்தது.

இவ்வளவு பெரிய ஓலத்தை அவன் வாழ்நாளில் கேட்டதே இல்லை. காடே நடுங்கியது. ரத்தம் பீச்சியடிக்க யானை வெட்டுப்பட்ட தும்பிக்கையோடு என்ன செய்வது என்று தெரியாமல் அலறிக்கொண்டு அங்கும் இங்கும் ஓடியது. அதன் மரண வலியில் அவனைக் குறித்த சிந்தனை அதற்கு மறந்து போனது. அதன் மரண ஓலம் பிற யானைகளை அங்கு வரவழைத்துவிடுமோ என்ற சிந்தனை மூப்பனை அலட்டியது.

சற்று நேரத்தில் யானையின் ஓலம் மிகத் தூரத்தில் கேட்டது. இப்போதே நேரம் இருட்டத் தொடங்கி இருந்ததால் ஒரு நிமிடம் கூடத் தாமதிக்கக் கூடாது என்று அவசரமாக வெட்டுப்பட்டு இருந்த தும்பிக்கையின் பகுதியையும் எடுத்துக் கொண்டு, மூங்கில் வெட்டி வைத்திருக்கும் இடத்தை நோக்கி ஓடினான். கண்ணுக்கெட்டிய தூரம் வரை மணியன் இல்லை என்பதை உறுதி செய்துகொண்டான்.

அவசரமாகக் கட்டி வைத்திருந்த மூங்கில் கட்டை எடுத்துத் தலையில் வைத்துக்கொண்டு கையூற்றுக் கரையை நோக்கி நடக்கத் தொடங்கினான்.

மதியம் அவர்கள் குளித்து இளைப்பாரிய இடத்தில் ஒரு மரத்திற்குப் பின்னால் மணியன் ஒளிந்து காத்துக் கொண்டிருந்தான். மணியனைப் பார்த்த போது மூப்பனுக்குச் சற்று ஆறுதலாக இருந்தது.

அரை இருட்டாக இருந்ததால் மூப்பன் மீது இருந்த ரத்தக் கறைகளை மணியனால் உணர முடியவில்லை. ஆனால் அந்த வாசம் மணியனை என்னவோ செய்தது. சுமையை இறக்கி வைத்த மூப்பன் மணியனிடம் தான் கொண்டு வந்திருந்த தும்பிக்கையின் பகுதியை எடுத்துக்கொடுத்தான். சற்று நிலா வெளிச்சத்தில் போய் அது என்னவென்று பார்த்து, தும்பிக்கை என்று தெரிந்தபோது நடுக்கத்தோடு கீழே எறிந்துவிட்டான்.

"ஐயோ... மாமா தும்பிக்கையை வெட்டிட்டியா... அதுதான் அந்த மாதிரி அலறிட்டு போச்சா... அது இனி பிழைக்குமா. இது ரேஞ்சர் ஆபிசுக்குத் தெரிஞ்ச தூக்குல போட்டுடு வாங்களே... என்ன மாமா இப்படி பண்ணிட்ட... எனக்குப் பயமா இருக்கு... போதாதுக்கு அதை எடுத்துட்டு வேற வந்துட்டியா... இப்ப என்ன பண்றது... மூங்கிலும் வேண்டாம் ஒரு மண்ணாங்கட்டியும் வேண்டாம் வா போயிடலாம்..." பயத்தில் படபடத்தான் மணியன்.

"டேய் ஒரு மயிருமாகாது... நீ தைரியமா இரு... இந்த காட்டுக்குள்ள ஒரு நாயும் வராது. தந்தம் எடுக்கிறதுக்கு எவனாவது கொன்றுபானுங்கன்னு சந்தேகப்படுவாங்க.. நீ கவலைப்படாதே... உனக்குக் காட்றதுக்குத் தான் இதைக் கொண்டு வந்தேன். நான் தும்பிக்கையை வெட்டினேன்னு சொன்னா நீ நம்பி இருப்பியா.?" மூப்பன் கடகடவென்று சிரித்தான்.

"அந்த ஆன இனி பிழைக்குமா மாமா." வருத்தத்தோடு கேட்டான்.

"தும்பிக்கை இல்லாம அது எப்படி டா பிழைக்கும்... கண்டமானமா இரத்தமும் போய் இருக்கும். வலி தாங்காம அது தண்ணிக்குள்ள கொண்டு போய் தும்பிக்கையை வைக்கும்... தண்ணீல வச்சா... ரத்தமும் நிற்காது அது பாட்டுல போய்... அங்கேயே எங்காவது விழுந்து கிடந்து செத்துக் கிடைக்கும்." லாகவமாகச் சொன்னான் மூப்பன்.

"அதோட காட்டுக்குள்ள வந்து அதையே வெட்டிக் கொல்றது தப்பு இல்லையா மாமா?" குழந்தை போல் கேட்டான்.

"அதோட காடுன்னு எழுதியா வச்சுருக்கு... காடு எல்லாத்துக்கும் பொதுவுதான். நான் பாட்டுல போய் என் வேலையை செஞ்சுட்டு இருந்தா... அது என்ன மயித்துக்கு வந்து என்ன கொல்றதுக்குப் பாக்குது... அது தப்பு இல்லையா?" நியாயப்படுத்தினான்

"சிங்கம் மான கொல்லுது அது அதோட இயல்பு... இல்லையா மாமா... காட்டு மிருகம்னா அப்படித்தான் இருக்கும்... அதுக்காக அவ்ளோ பெரிய உசுர கொல்றதுக்கு நம்மளுக்கு உரிமை இருக்கா?" மணியனுக்குப் பயம் விட்ட பாடு இல்லை.

"அடப் போடா... போக்கத்தவனே. சிங்கம்... மானெ... கொல்லுதுனா அதுக்கு வேற கெதி இல்ல... அத கொன்னு தான் திங்கணும். அது தப்பில்லை. ஆனா இந்த ஆனெ என்ன கொன்னு திங்கவா போகுது... அதுக்கு ஒரு சந்தோசம் நான் சாகிறத பார்க்கிறதுல... அது தப்பு இல்லையா... அப்படியானா... பிறகு ஒத்திக் கொத்தி தான்... யாரு முந்தீட்டாங்கங்கிறதுதான். இப்ப நான் முந்திக்கிட்டேன்... கொஞ்சம் ஏமாந்து இருந்தா... என்னோட ஒடம்பு அங்க ரண்டா கிழிஞ்சு கிடைத்திருக்கும்." மூப்பன் மிக இயல்பாகக் கூறினான்.

ஏற்கெனவே முடிவு செய்தபடி அடிவாரத்தில் உள்ள பதியில் தங்காமல் நிலா வெளிச்சம் இருந்ததால் பாறைக்காட்டு பதிக்குப் போய்விடலாம் என்று முடிவு செய்து, கொண்டு வந்திருந்த மூங்கில் கட்டை முன்னாள் ஒருவர் பின்னால் ஒருவர் எனத் தலையில் வைத்துக்கொண்டு வேகமாக வீட்டை நோக்கி நடந்தனர். இருவரும் வெவ்வேறு வகையான சிந்தனைகளில் ஆழ்ந்திருந்ததால் ஒன்றுமே பேசிக்கொள்ளவில்லை.

அதிகாலை 3 மணி அளவில் பாறைக்காட்டுப் பதிக்கு வந்து சேர்ந்தனர். எல்லோரும் தூங்கி இருப்பார்கள் என்று எதிர்பார்த்ததற்கு மாறாகப் பதிக்காரர்கள் எல்லோரும் ஆலமரத்துக்கு அடியில் மூப்பனுக்காகக் காத்துக் கூடியிருந்தனர். மூப்பன் சுமையைக் கீழே போட்டுவிட்டு ஓடிச் சென்று செல்லியிடம் என்ன நடந்தது என்று கேட்டான்.

வெள்ளச்சியையும் மணியனையும் எங்காவது தூரத்துல ஓடிப் போகச் சொல்லி முதலாளியம்மா ஆள் விட்டு இருப்பதாகவும் முத்துராசுவை ஆஸ்பத்திரிக்குக் கொண்டு போய் இருப்பதாகவும் அவர்கள் திரும்பி வந்தால் வெள்ளச்சியின் உயிருக்கே ஆபத்து என்றும் சொல்லிச் சென்றதாகவும் செல்லி கூறினாள்.

மூப்பன் சிரித்துக்கொண்டே சோகமாகத் தலை குனிந்திருந்த வெள்ளச்சியின் தோளை ஆதரவாகத் தட்டி, "வேகமா ஆனைகட்டி பதிக்குப் புறப்படுங்கள்" என்றான். வெள்ளச்சி மணியனை நோக்கி ஓடினாள். இன்னும் அவர்கள் ஓட வேண்டிய தூரத்தை நினைத்துக்கொண்டு மணியன் அவள் கைகளைப் பிடித்தான்.

# தூரத்தில்

"மீனா மீனா... எங்க இருக்கே? வீட்டுக்கு வா..."

என் முகத்தில் விழுந்த காய்ந்த இலையையும் அம்மாவின் குரலையும் ஒரே போல் உதாசீனப்படுத்திவிட்டு அந்த அடர்ந்த மாமரத்தின் கீழே உள்ள கிளையில் வாகாகச் சாய்ந்து படுத்துக்கொண்டு மேலே பார்த்துக் கொண்டிருந்தேன்.

எத்தனை நேரம் இப்படிப் படுத்துக்கொண்டிருந்தேன் என்று தெரியவில்லை. மிகப்பெரிய அந்த மரத்தின் கிளைகள் வானத்தை முற்றிலுமாக அடைத்து ஒரு கூடு போல வெளியே இருக்கும் வெளிச்சத்தை உள்ளே விடாமல் ஓர் இருண்ட அறையைப் போன்ற உணர்வை ஏற்படுத்தின.

நான் சாய்ந்து படுத்திருந்த கிளை லேசாக ஆடி ஒரு ஊஞ்சல் போன்ற உணர்வை ஏற்படுத்தியது இதமாக இருந்தது. மரத்தின் உள்ளிருந்த மங்கலான இருட்டைக் கண்ணுக்குப் பழக்கப் படுத்திக்கொண்டு மேலே பார்த்தேன். கிளைகள் ஒவ்வொன்றும் மிக நேர்த்தியாக அடுக்கி வைக்கப்பட்டது போலக் கீழ்ப்பகுதி மிகப் பரந்தும் மேலே செல்லச் செல்ல அகலம் குறைந்து கூர்மையாகவும், அந்தக் கிளைகளின் இலைகள் ஒவ்வொன்றிலும் வெயில் படுமாறு மிக நேர்த்தியாகக் கட்டமைக்கப்பட்டு, ஒரு சிற்பி செய்தது போல் இருந்ததைப் பார்க்க ஆச்சரியமாக இருந்தது.

இடையிடையே வரும் காற்றின் சலசலப்பில் ஏற்பட்ட இடைவெளியில் சூரியக் கதிர்கள் ஊசி போல் இறங்கி என் முகத்தில் விழுந்து சுட்டன. இலைகளின் சலனத்தில் நீல வானம் சிறுசிறு பொட்டுக்களாகத் தென்படுகிறது. தலையை அங்குமிங்கும் அசைத்து வானத்தைப் பார்க்க முயற்சி செய்தேன். நீண்ட நேர முயற்சியும் பலன் அளிக்கவில்லை.

ஒருவேளை வெளியே இருட்டி இருந்தால் என் முயற்சி பயனற்றுப் போய்விடும் அல்லவா?

இல்லை, இன்னும் இருட்டும் அளவுக்கு நேரமாக வாய்ப்பில்லை.

காற்று ஓய்ந்து இலைகள் தங்களது இடத்தில் இருந்து அசையாமல் நின்று கொண்டதால் நிரந்தரமாக இருட்டு சூழ்ந்தது. என் முகத்தைத் தொட்டுவிட எத்தனித்த சூரியக் கதிர்களின் பெரு முயற்சி கூட இலைகளில் தட்டி தன் இலக்கைத் தொலைத்துத் திரும்பிவிட்டிருக்கலாம்.

கொஞ்சம் கூட வெளிச்சமே இல்லையே? ஒருவேளை இரவு வெகுநேரமாகிவிட்டதோ? நான் முற்பகல் வந்தது அல்லவா? இப்போது நேரம் என்ன இருக்கும்? என்று யோசித்தேன்,

நிலம்வரை கவிழ்ந்திருக்கும் இந்த மரக் கூட்டுக்குள் நான் இருப்பது வெளியே யாருக்கும் தெரியாமலும், வெளியே நடப்பவை என்ன என்று எனக்குத் தெரியாமலும் காப்பதில் மரத்திற்கு அப்படி என்ன ஆர்வமோ தெரியவில்லை.

இந்த அடர்ந்த இலைக் கூட்டங்களுக்கு வெளியே என்ன இருக்கிறது என்று பார்க்கும் ஒரு எக்ஸ்ரே பார்வை என் கண்ணுக்கு இருந்தால் எப்படி இருக்கும்?. இந்தத் தடைகளும் இருட்டும் என்னைப் பாதித்திருக்காது இல்லையா? என்று யோசித்தேன். ஏனோ மின்னல் போல் அவன் நினைவு மனதில் மின்னி மறைந்தது. காற்றின் சலசலப்பில் முகத்தில் குப்பைகள் விழுந்தன.

கொஞ்சம் துடுக்கான குப்பை ஒன்று என் மூக்கினில் நுழைந்தது. அத்து மீறிய இந்த நுழைவை விரும்பாத என் மூக்கு, தும்மி அந்தக் குப்பையைப் புறம் தள்ளியது. எழுந்து, தலையை நாலா பக்கமும் திருப்பி வெளியே நடப்பவற்றைப் பார்க்க முயற்சித்தேன். முடியவில்லை எல்லா இடத்தும் இருட்டு. காற்று கூடத் தன் வரவை நிறுத்திவிட்டது போலும். எழுந்து

வேறொரு கிளையில் அமர்ந்து மீண்டும் பார்த்தேன். மாற்றம் எதுவும் இல்லை இருட்டு... இருட்டு... இருட்டு.

என் கண்களுக்கு எக்ஸ்ரே பார்வை இல்லாமல் இருக்கலாம் ஆனால் என் கால்களுக்கு இந்த மரக் குகையில் இருந்து வெளியே செல்லும் திராணி இருக்கிறதே. அதை ஏன் நான் மறந்தேன் என்று நினைத்து என்னை நானே நொந்து கொண்டேன்.

இந்த மரக்கூடு குளிரோ, சூடோ இல்லாமல் வெதுவெதுப்பாகவும் இதமாகவும் இருந்தது. நான் சாய்ந்து படுத்திருந்த அந்த ஊஞ்சல் கிளையின் சிறு சலனம் இதமாகவும் பாதுகாப்பாகவும் இருந்தது. மரத்தை விட்டு வெளியே போனால் இந்தச் சுகமும் பாதுகாப்பும் கிடைக்குமா? எழுந்து வெளியே போக எத்தனித்த கால்கள் தயங்கின. ஆனால் இந்த மரத்துக்கு வெளியே வெயிலா, மழையா, இரவா, பகலா என்ன நடக்கிறது என்றே தெரியவில்லை.

“இரவா? பகலா? வெயிலா? மழையா? என்னை ஒன்றும் செய்யாதடி” காதல் உணர்வுகளோடு சூரியா ஆடியது நினைவில் வந்து போனது. ஆனால் என்னால் அப்படி இருக்க முடியாது.

ஒரு நீண்ட பெருமூச்சு விட்டுக்கொண்டு ஒரு முடிவோடு எழுந்து, இரண்டு கைகளாலும் மரக்கிளைகளை நீக்கி கண்ணை மூடிக்கொண்டு மரத்தை விட்டு வெளியே வந்தேன்.

திடீரென்று வந்த வெளிச்சம் கண்ணைக் கூசவைத்தது. கண் கூசியதால் வந்த தடுமாற்றம் என்னை நிலைகுலையச் செய்தது. சில வினாடிகள் அந்த மாமரத்தின் இலைகளைப் பிடித்துக்கொண்டு அங்கேயே நின்றேன். எனது இந்த முதல் தடுமாற்றம் என் முடிவை மாற்றிவிடும் என்று மரம் எதிர்பார்த்திருக்கலாம்.

நான் மெதுவாக என் பிடியைத் தளர்த்தி மரத்திற்கு வெளியே சற்று தூரம் நடந்து வந்து திரும்ப அந்த மரத்தைக் கீழிருந்து மேலாகப் பார்த்தேன். மிக உயரமாக, வானளவு வளர்ந்து, ராட்சசத் தனமாக என்னை நோக்கிச் சிரித்தது, தனது கிளைகளை நீட்டி என்னை உள்ளே இழுத்து அணைப்பது போன்ற ஒரு பிரம்மை ஏற்படுத்தியது. அவசரமாக மரத்திலிருந்து விலகி வேகமாக நடந்தேன்.

மரம் தனது கோபத்தைச் செவ்வெறும்புகளாக என் மீது பரவ விட்டு இருக்கிறது. கழுத்திலும் வயிற்றிலும் தலையிலும் என ஆங்காங்கே சுரீர் சுரீர் எனக் கடித்தன. எந்தத் தொல்லையுமே கொடுக்காத என்னை இப்படி இவை கடிக்க வேண்டிய அவசியம் என்ன?

ஒருவேளை அதன் இயல்பு வாழ்க்கையில் அனாவசியமாக நான் தலையிட்டுவிட்டேனோ? தாங்க முடியாத வலி வரும் போது சரி தவறுகளுக்கு இடம் எங்கே?

எறும்புகள் ஒவ்வொன்றையும் தேடிக் கண்டுபிடித்துக் கொன்றேன். உடல் முழுவதும் இலைகளும் குப்பைகளும் நிறைந்திருந்தன. பொறுமையாக அவற்றைக் களைந்து என் ஆடைகளை உதறிவிட்டு நடந்தேன்.

சற்று தூரம் நடந்துவிட்டுத் திரும்பி அந்த மரத்தைப் பார்த்தேன். கர்ண கடூரமாக என்னை முறைப்பது போல் இருந்தது. இனி எங்கு போவது என்று யோசித்தேன். வீட்டுக்குப் போக மனமில்லை. சற்று தூரத்தில் தெரிந்த பாறைக்குன்று கண்ணை ஈர்த்தது. சிறு குழந்தையாக இருக்கும்போது அப்பாவின் கைப்பிடித்து அந்தக் குன்றின் மேல் ஏறியது நினைவுக்கு வந்தது. இந்த நீண்ட இடைவேளைக்குப் பிறகு மீண்டும் அந்தக் குன்றில் ஏறிப் பார்க்க வேண்டும் என்ற ஒரு ஆசை எழுந்தது.

"ஐயோ... மாலை 4 மணி இருக்கும் இனி தனியாக அங்கு போவது உசிதமா?"

நான்கு மணி ஆனாலும் சரி எட்டு மணி ஆனாலும் சரி போவது என்று முடிவு செய்துவிட்டால் போவதுதான்.

அந்தக் குன்றை நோக்கி நடந்தேன். அந்தக் குன்றுக்குப் போகும் ஆள் போக்குவரத்து இல்லாததால் குன்றுக்குச் செல்லும் ஒற்றையடிப் பாதையில் செடிகள் முளைத்து அடர்ந்திருந்தன. செடிகளைக் கையால் விலக்கி, குன்றை நோக்கி முன்னேறினேன். சில முற்காய்கள் என் ஆடையில் கோத்து நின்றன. சில ஒட்டும் செடிகளின் விதைகள் என் சுடிதாரில் ஒட்டிக்கொண்டன. எனது மனநிலையைப் புரிந்து கொள்ளாமல், என் அனுமதியில்லாமல் அந்தச் செடிகள் தங்களது விதைகளைப் பரப்பும் முயற்சியில் ஈடுபட்டுக் கொண்டிருந்தன.

இவற்றை ஒவ்வொன்றாகக் களைந்துகொண்டிருந்தால் நேரம் இருட்டிவிடும். குன்றின் மேல் ஏறுவது நடக்காமல் போய்விடும். திரும்ப வரும்போது அவற்றைக் களையலாம். அந்த விதைகளின் நோக்கமும் நிறைவடையும் என்று அவசரமாக மேலே ஏறிச் சென்றேன்.

தூரத்தில் இருந்து பார்ப்பது போல் அல்லாமல் இப்போது குன்று மிகப்பெரிய மலையாகத் தோன்றியது. தூரத்திலிருந்து பார்க்கும் போது மரங்கள் ஒன்றும் இல்லாமல் மொட்டைக் குன்றாகத் தோன்றிய மலை பக்கத்தில் வந்தபோது நிறைய புதர்ச் செடிகளைக் கொண்டிருக்கிறது. அந்தச் செடிகளைப் பிடித்து மெதுவாகப் பாறைகள் மீது ஏறினேன். மேலே செல்லச்செல்ல இரண்டு காலில் நடப்பது முடியாமல் போய் கைகள் இரண்டையும் ஊன்றி நான்கு கால்களில் நடக்கத் தொடங்கினேன்.

ஒரு பாறை இடுக்கில் நின்று நான் ஏறி வந்த பாதையைத் திரும்பிப் பார்த்தேன். எனக்குத் தலை சுற்றியது. கரணம் தப்பினால் மரணம் என்று சொல்லுவது இதுதானோ?

கால்கள் வழியாக ஒரு நடுக்கம் உடல் முழுவதும் பரவியது. இனி கீழே பார்ப்பதில்லை என்ற முடிவோடு மேலே ஏறத்தொடங்கினேன். இந்த மலையேற்றம் நினைத்தபடி அவ்வளவு எளிமையாக இல்லாமல் மிகக் கடினமாக இருந்தது. அதற்காக நான் என் முயற்சியைக் கைவிட்டுத் திரும்பப் போகப் போவதில்லை.

ஓர் இடத்தில், அணிந்திருந்த செருப்பைக் கழட்டிவிட்டு வெறும் காலில் நடக்க வேண்டி இருந்தது. கையிரண்டும் உராய்ந்து தீ போல் எரிந்தது. ஒரு கூர்மையான பாறை என் முழங்கையை உரசி ரத்தத்தைச் சுவைத்து மகிழ்ந்தது. ஆனால் இந்தத் தடைகள் என் முடிவை மாற்றப் போவதில்லை. வைராக்கியத்தோடு மேலே ஏறினேன்.

ஒருவழியாகக் குன்றின் உச்சியை அடைந்துவிட்டேன். மாலை வெயில் இதமாக, காற்று குளிராக, மிக ரம்மியமான சூழலாக இருந்தது. மலை உச்சியில் இருந்த மொட்டைப் பாறையில் ஆகாயத்தை நோக்கி மல்லாந்து படுத்தேன்.

இப்படி எந்தத் தடங்கல்களும் இல்லாமல், எந்த மறைவுகளும் இல்லாமல் வானத்தைப் பார்த்ததான நினைவு கூட எனக்கு இல்லை. நான் பிறந்து வளர்ந்த என் வீட்டின் பக்கத்திலேயே

இப்படியான ஒரு காட்சி இருப்பதை ஏன் இத்தனை நாள் நான் உணர்ந்துகொள்ளவே இல்லை? என்று நினைத்தபோது என் மீதே எனக்குக் கோபம் வந்தது.

எழுந்து உட்கார்ந்து சுற்றிலும் பார்த்தேன். மேற்கிலிருந்து வந்த இளஞ்சிவப்பு சூரியக் கதிர்கள் என் முதுகில் விழுந்து என்னைச் சுற்றிலும் ஓர் ஒளி வட்டத்தை உருவாக்கின. தூரத்திலிருந்து பார்த்தால் ஒளிவட்டம் நிறைந்த ஏதோ ஒரு தேவி அமர்ந்திருப்பது போன்று தோன்றலாம். ஆம்... நானும் கட்டற்ற சக்திகளை உடைய ஒரு தேவிதானே.?

வடக்கில் தூரத்தில் ஒரு அணைக்கட்டு சிறு குளம் போல் தெரிந்தது. குன்றின் நாலா திசைகளிலும் வேளாண்மை நிலங்களும் தென்னந்தோப்புகளும் பல வகையான மரக் கூட்டங்களும் தென்பட்டன. வீடுகள் தீப்பெட்டிகள் போல் தெரிந்தன. தென்னந்தோப்புகள் ஒரே வகையான நடன அசைவுகள் செய்யும் குழு நடனம் ஆடுபவர்களைப் போன்று தோன்றுகின்றன. ஒவ்வொன்றையும் அடையாளம் காண்பது அலாதியான இன்பமாக இருந்தது.

நான் அமர்ந்திருந்த இருண்ட மரக்குகை போன்ற மாமரத்தைத் தேடினேன். பல மரங்கள் இருப்பதால் எங்கே என்று என்னால் சட்டென்று அடையாளம் காண முடியவில்லை. என் வீட்டில் இருந்து தெற்குப் பகுதியில் சரியாக நான்கு வயல்கள் தாண்டி என்று கணக்கு வைத்துப் பார்த்தபோது அந்த மரத்தைக் கண்டு கொண்டேன். ஆகாயத்தை மறைத்து இருட்டை மட்டும் எனக்குக் காட்டிய அந்த மரம் நூற்றுக்கணக்கான மரங்களுக்கு இடையே மிகக் குட்டியாகச் சிறு குழந்தைகள் வரையும் ஓவியம் போல் ஒரு துரும்பென அங்கு காட்சியளித்தது.

கொஞ்ச நேரத்திற்கு முன்னால் அந்த மரம் எனக்குத் தந்த பிம்பமும் இப்போது அதே மரம் எனக்குத் தரும் பிம்பமும் ஆச்சரியமான வித்தியாசத்தைத் தந்தது.

பாதங்களும் உள்ளங்கையும் தீ போல் எரிந்தன. முழங்கையிலிருந்து ஒரு துளி ரத்தம் கீழே விழுவதா வேண்டாமா என்று யோசித்துக் கொண்டு தயங்கி நின்றது. சிலு சிலுவென்று வந்த குளிர்க் காற்று வலிகளுக்கு ஒத்தடம் கொடுத்துக் கடந்து சென்றது. மீண்டும் ஒருமுறை அந்த மாமரத்தைப் பார்த்தேன். அவனை நினைத்துச் சிரித்துக்கொண்டேன்.

# தொட்டால்

களைத்து இறங்கிய சூரியனின் வெப்பம் சுடுதலைக் குறைத்து இதத்தைத் தந்தது. உயிருக்குப் பயந்து ஓடும் மான் கூட்டங்களாய்த் தங்களது உடனடி இலக்குகளை நோக்கிச் சடுதியில் பாய்ந்தன பைக்குகள். அவற்றைத் துரத்திக் கொண்டு பேருந்துகளும் லாரிகளும் முடுக்கிவிடப்பட்ட ரோபோக்களாக மனிதர்களும் விரைந்தனர். புறநகர்ச் சாலையாக இருந்தும்கூட இவ்வளவு அவசரம் இவ்வளவு கூட்டம்.

அவசரங்களில் பங்கெடுக்காமல் எட்டி நின்று கவனிப்பதில் ஒரு அலாதி சுகம் இருக்கத்தான் செய்கிறது. இலக்கில்லாமல் பார்த்துக் கொண்டிருந்த என் கண்கள் ஒரு புள்ளியில் சிக்கிக்கொண்டன. அதை உணர்ந்த அவள் துப்பட்டாவைச் சரி செய்துகொண்டு நேரே என்னை நோக்கி வேகமாக வந்தாள். அவளது வேகம் என்னைப் பக்கென்று ஆக்கியது. என் பார்வையின் தாபம் அவளுக்குப் புரிந்து விட்டதோ?. பழக்கமான இந்த டீக்கடைவாசிகள் முன்பாக என்னைத் திட்டி அவமானப்படுத்தி விடுவாளோ? அல்லது பளார் என்று அறையப் போகிறாளோ? உள்ளுக்குள் எனக்கு ஓர் உதறல் ஏற்பட்டது. மிக அருகில் வந்துவிட்டாள்.

“தாத்தா என்னத் தெரியலையா? நான் காயத்ரி. நீங்கதானே சூப்பர் மார்க்கெட்ல வேலை வாங்கித் தந்தீங்க. நான் என் கல்யாண பத்திரிகை கொடுக்க வீட்டுக்குப் போன போது நீங்க இங்க

இருப்பீங்கன்னு சொன்னாங்க. அதான் வந்தேன்" என்று சிரித்தபடி பத்திரிகையை நீட்டினாள்.

அப்பாடா தப்பித்தோம் என்ற எண்ணம் ஏற்பட்டாலும் அவளது சிரிப்பு எனக்குச் சாட்டை வாராய் இருந்தது. என் சமாளிப்புகளைக் கடந்து அந்தச் சிரிப்பில் இருந்த கேலியும் ஏளனமும் அவள் சென்ற பின்பும் என் மனதை அரித்துக் கொண்டிருந்தன. பாகவத வாசிப்பையும் பக்திப் பாடல் கேட்பதையும் தாண்டி மனம் பரவசமானவற்றை நாடுகிறதே? இந்த வயதில் ஒருவேளை எனக்கு மட்டுமே இருக்கும் ஒரு மனநோயாக இருக்குமோ?

"சார் டீ போடட்டுமா? என்ன பயங்கரமான யோசனையா இருக்கு?"

இச்சைகளுக்கும் இங்கிதங்களுக்குமான போராட்டத்தில் திக்கு முக்காடிக்கொண்டிருந்த என்னை இழுத்து வந்து நிகழ்காலத்தில் நிறுத்தியது ராஜியின் கேள்வி.

"இல்ல, ஒன்னுமில்ல. எல்லாரும் அவசரமாக ஓடிட்டு இருக்காங்களே இந்த அவசரங்கள் எல்லாமே ஒரு நாளைக்கு அர்த்தம் இல்லாமல் போகும்னு இவங்க யாரும் யோசிப்பதே இல்லையேன்னு நினைச்சுகிட்டு இருந்தேன்" என்று கூறி மழுப்பித் திரும்பியபோது,

மூட்டுக் குட்டி மேல் தொத்திக் கொண்டு நிற்கும் கிடாய்க்குட்டி போல பென்ஸ் கார் ஒன்று தனது முன்னங்கால்களை ஒரு டெம்போவின் மேல் தூக்கிவைத்துப் போய்க்கொண்டிருந்தது. அவலத்தின் எச்சங்கள் அதில் ஆழப் பதிந்திருந்தன. உடைந்திருந்த அதன் விளக்குகள் ஆழ்ந்த மௌனத்தில் அதன் பழம் பெருமையை எண்ணி உருகுவது போன்ற தோற்றத்தை அது ஏற்படுத்தியது.

"வடை எடுத்துச் சாப்பிடுங்க சார். இன்னைக்கு எண்ணெய் அதிகமாகப் பிடிக்கல. வட வேண்டாட்டி நேந்திரம் பழம் இருக்கு சாப்பிடுங்க சார்."

தனது இனத்தில் தான்தான் பெரியவள் என்ற ஒரு அகங்காரம் நேந்திரம் பழத்திற்கு இருப்பதாகத் தோன்றியதால்தான் என்னவோ எனக்கு அந்தப் பழத்தைப் பிடிப்பதில்லை. சில அன்புக் கட்டளைகளுக்கு நமது பிடித்தங்களின் பிடிவாதங்கள் இளகிவிடுகின்றன. ஒரு நேந்திரம் பழத்தைப் பறித்துத் தோலை

உரித்து வாயில் வைத்தபோது அதன் வெளிப்புற வன்மை உட்புற மென்மையாக மாறி தொண்டைக்குள் வழுக்கி இறங்கியது.

மூளையின் அவசியமற்ற ஒப்பிடுதலால் எனக்குக் குடலைப் புரட்டிக்கொண்டு வந்தது. பாதி விழுங்கியிருந்த பழம் ஓங்காரத்தோடு வாந்தியாக வெளியில் வந்தது. அதைத் துப்பி விட்டு, கையிலிருந்த பழத்தைக் குப்பையில் வீசினேன்.

"ஐயோ சார் என்ன ஆச்சு? எதுக்கு மிச்ச வாழப் பழத்தைக் குப்பையில் போட்டீங்க? பழம் நல்லா இல்லையா? வேற பழம் எடுக்கட்டுமா?"

"வேண்டாம். டீ மட்டும் கொஞ்சம் இனிப்பு கம்மியா போட்டுக் கொடு."

என்று இயல்பாகச் சொல்ல முயற்சித்தேன். ஆனால் அது மிகச் செயற்கையாக இருந்தது. நேற்று கணேஷ் வீட்டுக்கு வந்ததை இந்தப் பழம் நினைவூட்டியது. அவன் அப்படி செய்திருக்கக் கூடாது. அதை நினைத்த போது உடலின் ஒவ்வொரு செல்லிலும் நேற்றைய தவிப்பின் எச்சங்கள் அதிர்ந்து அடங்கின. மீண்டும் ஓங்காரமிட்டு வாந்தி வந்தது. உடலின் ஒவ்வொரு உறுப்பாகச் செயலிழந்து மரத்துப் போவது போலிருந்தது. எனது இயலாமையை வெளிக்காட்டாமல் இருக்க டீக்கடையின் முன்னால் இடப்பட்ட நாற்காலியில் சரிந்தேன்.

எனது கடந்தகாலத் தோரணைகளும், அனுபவம் சப்பி எறிந்த தலை முடியும், வெளியிலிட்டிருந்த வெள்ளைநிற ஆடைகளும் அகத்தின் அழுக்குகளை மறைக்க, எனக்கு ஸ்பெஷல் டீ போட ராஜியைத் தூண்டி இருக்கலாம். கடைக்கு உள்ளே இருந்து அவள் நீட்டிய டீயை எழுந்து வாங்க என்னால் இயன்ற அளவுக்கு எத்தனித்தும் இயலாமல் போனது. என் தவிப்பைப் பார்த்த அருகே நின்ற நபர் அதை வாங்கி என்னிடம் தந்தார். சிரத்தை எடுத்துச் செய்து தந்த டீயின் ருசியை விட ஏனோ ஏமாற்றம் என்னில் எஞ்சி நின்றது. என் மனதின் ஆற்றலுக்கு உடல் ஈடு கொடுக்க வில்லையே என்ற ஆதங்கம் பொங்கி டீயின் ஆவியோடு கரைந்தது. இந்த ஏமாற்றத்தின் வடுக்களைத் துடைக்க நாளை மாலை நான்கு மணி வரைக்கும் இருக்க வேண்டிவரும் நீண்ட காத்திருப்பை நொந்து கொண்டே வீட்டை நோக்கி நடந்தேன்.

ஒவ்வொரு கட்டடங்களையும் கட்டி நிமிர்த்திய போது கட்டடங்களோடு சேர்ந்து எனது ஆளுமையும் மதிப்பும் வளர்வதாக எண்ணிய என் முட்டாள்தனத்தை என்னவென்று சொல்வது. இந்த ஆளுமைப் பாதுகாவலனாக இருந்து நான் இழந்த ஒவ்வொரு இன்பமும் இன்று பூதாகரமாக வந்து என்னைச் சீண்டுகின்றன. இழந்ததைப் பெற நினைக்கும் எனது எத்தனிப்புகள் எல்லாம் சமூக மனசாட்சியின் சங்கடங்களாகின்றன.

செய்த தொழில் பிளவுபட்டது போல் பெரும் குடும்பம், மகன், மகள்கள் தனிக் குடித்தனம் என்று பிளவுபட்டது. நான் தனியறையில் வசித்தாலும் எந்த நேரத்திலும் அனுமதி இல்லாமல் அறைக்குள் வரும் உரிமை பெற்றவர்கள் சுற்றிலும் இருக்கும் போது பலான காணொளிக் காட்சிகள் காண்பது கூடக் கானல் நீராய் மாறிவிட்டது.

உச்சகட்ட முனகலின் ஒலியைக் கைப்பேசியில் குறைக்கத் தெரியாமல், நமட்டுச் சிரிப்புடன் கடந்து சென்ற மருமகளின் முன் புழுவாய் நின்ற நிமிடத்தை மறக்க முயல்கிறேன் முடியவில்லை. 80 வயது ஆனவனுக்குள் எரியும் எரிமலையை யார் புரிந்து கொள்ளப்போகிறார்கள். ஐம்பது வயசுக்கு மேல் ஆசுபத்திரிக்குத் துணைக்கு வருவதற்கு மட்டுமே இருப்பவன் புருசன் என்று மனைவியே நினைக்கும் போது பிறரைப் பற்றிச் சொல்லவா வேண்டும். அவளுக்குக் குழந்தைகள் மேம்பாடும், கோவில் வழிபாடும் முழுமூச்சாகிவிட்டதால் என் சில்லரைச் சில்மிஷங்களைக்கூட சமூகத்தைப் போலவே அருவருப்பாய் பார்க்கிறாள். நான் என்னைப் பற்றி மட்டும் சிந்திப்பதால் தான் இப்படி என்ற குற்றச்சாட்டு வேறு. உடல் உபாதைகளைக் காரணம் காட்டித் தனது மருத்துவ மகளிடம் அவள் தஞ்சம் அடைந்த பிறகு தனிமையும் தவிப்பும் எனக்கு நிரந்தரமாயின.

என் தவிப்புத் தீயில் தண்ணீர் தெளிப்பதற்காய் எனக்கு இருக்கும் ஒரே நண்பன் வேலு கண்ட தீர்வுதான் கணேஷ். இயல்பாய் வந்து இரவில் விட்டுச் சென்றான். கேட்டிருக்கிறேன் இப்படி எல்லாம். கணேஷின் நடவடிக்கைகள் எனக்கு என்னவோ செய்தன. அவன் எதற்காக வந்திருக்கிறான் என்பதைக் கூட அறிந்துகொள்ளாத முட்டாள் அல்ல நான்.

கதவு பட படவென்று தட்டும் சத்தம் கேட்டு நேற்றைய சிந்தனையில் இருந்த நான் அவசரமாக எழுந்து கதவைத் திறந்தேன். என் அவசரத்தை உடல் ஏற்றுக்கொள்ளாமல்

தன் எதிர்ப்பைக் காட்டத் தலை சுற்றியது. வெளியே மதிய உணவுடன் பேரன் நின்றிருந்தான். உணவை வாங்கி வைத்துவிட்டு நான் அசந்து திரும்பிய வேளையில் கைபேசியை எடுத்துக் கொண்டு ஓடினான்.

“தாத்தா கொஞ்ச நேரம் விளையாடிட்டுக் கொண்டு வந்து தரேன்.”

எனக்குக் கூடவே ஓடிப் போய் பிடிக்க முடியவில்லை. அவன் எதைப் பார்க்கிறானோ என்னவோ என்ற பதட்டம் என்னைத் தொத்திக் கொண்டது. பயந்தது போலவே,

“சீ நீ ரொம்ப மோசம் தாத்தா. உன்னோட ஃபோன் அசிங்கமா இருக்கு. இந்தா நீயே வச்சுக்கோ. எல்லாரும் அம்மணமா இருக்காங்க. ச்சீ...” என்று அவன் கத்திச் சொன்னபோது எனக்கு உயிரே போய்விட்டது. நல்ல வேளை யாரும் இல்லை. அவன் வாயை அடைப்பதற்கு ஒரு காட்பரீஸ் மிட்டாய் போதுமாக இருந்தது.

உணவை உண்டு தட்டைக் கழுவி வெளியே வைத்துவிட்டுக் கடிகாரத்தைப் பார்த்த போது இரண்டு மணி ஆகியிருந்தது. நேரம் எப்பொழுதும் ஒரே நீளத்தைக் கொண்டிருப்பது இல்லையோ என்று நினைப்பதுண்டு. சிக்னலில் நிற்கும் போதும் காத்திருக்கும் போதும் ஒவ்வொரு நிமிடமும் நீண்டு நீண்டு போவதாகத் தோன்றுவதும் உண்டு. இன்னும் நீண்ட இரண்டு மணி நேரம் காத்திருக்க வேண்டும். அதற்குப் பிறகு வரப்போகும் ஒரு கணப்பொழுதுதான் என்னைக் காலையில் எழச் செய்கிறது குளிக்கச் செய்கிறது ஏன் வாழவே செய்கிறது. அந்த ஒரு வினாடிதான் யோகிகள் சொல்லும் சமாதி நிலையாக இருக்கும்.

உடலின் உபாதைகளைக் கடந்து மனதின் சஞ்சார எல்லையை எட்டிப் பிடிக்கும் அந்தத் தருணம் மனித வாழ்வில் ஒரே ஒரு முறை மட்டுமே வரக்கூடியது என்று எந்த முட்டாள் சொன்னது. எனது வாழ்க்கையின் இறுதிக் காலம் என்று மற்றவர்கள் நினைக்கும் இந்தக் காலத்தில் எனக்கு இப்படியான ஒரு அனுபவம் வாய்த்ததை நான் யாரிடமும் பகிர்ந்து கொள்ள விரும்பவில்லை. புத்தகத்துக்குள் இருக்கும் மயிலிறகை ரகசியமாக எடுத்துப் பார்க்கும் குழந்தையின் குதூகலத்தோடு அந்தத் தருணத்தை நினைத்துப் பார்ப்பதிலேயே மீதமுள்ள இருபத்தி நான்கு மணி நேரத்தைக் கடத்திவிடுகிறேன்.

இதை அறியாமல் வேலு எனக்கு ஏதோ நன்மை செய்வதாக நினைத்து கணேசை அழைத்து வந்தான். வேலுவின் கூடவே அவனையும் அனுப்பியிருக்க வேண்டும். அத்துமீறி என் அந்தரங்கத்துக்குள் கணேஷ் நுழைந்து என்னை மகிழ்விப்பதாக நினைத்து அவன் செய்தவை என் உயிரை உலுக்கிவிட்டன. அருவருப்பாலும் இயலாமையாலும் நான் துடித்ததை ஆனந்தத்தின் உச்சகட்டம் என்று அவன் மொழிபெயர்த்துக் கொண்டான். பக்கத்து அறையில் இருக்கும் மகனுக்குக் கேட்கக்கூடாது என்று அடக்கி வைத்த என் வலி கட்டுப்பாடுகளை உடைத்துக் கதறலாக வெளிவந்தது.

திடீரென்று உடலின் கட்டுகளிலிருந்து எனது உயிர் விடைபெற்றுக் கொண்டு பறக்கத் தொடங்கியது. எதிர்பாராத ஒரு பெரும் மழையால் எனது உயிரின் பறத்தல் தடைபட்டது. கணேஷ் என் முகத்தில் பலமாகத் தண்ணீர் அடித்துக் கொண்டிருந்தான்.

கணேஷை மறக்க நினைக்கிறேன் ஆனால் எதை நினைக்கக் கூடாது என்று நினைக்கிறோமோ அதுவே மீண்டும் மீண்டும் முன்னால் வந்து நிற்பது இயல்பாகிவிட்டது. நேரம் மூன்றரை ஆகியிருந்தது. அவசரமாக எழுந்து குளித்து டீ குடிக்கப் புறப்பட்டேன்.

வழக்கத்துக்கு மாறாக இன்று டீக்கடையில் கூட்டம் நிறைய இருந்தது.

“காலண்டர் பார்க்காமலே கார்த்திகை மாசம் தான்னு எப்படித் தான் இதுகளுக்குத் தெரியுதோ தெரியல?” சொல்லிவிட்டு பலமாகச் சிரித்தான் அவன்.

“ஆமா விவஸ்தை இல்லாம ரோட்டில் இழுத்துக்கிட்டு நிக்கும். சீ... சீ... ஓடிப்போ...” என்று கூறி அந்த நாய்கள் மீது ஒரு கல் எடுத்து எறிந்தான் ஒருவன். அவை வலியால் துடித்து அகன்றன.

“ஐயோ பாவம். அதோட தேவையை அது செஞ்சுகிட்டு போகுது உங்களுக்கு என்ன? நீங்க உங்க வேலைய பாத்திட்டுப் போக வேண்டியதுதானே?” என்றேன்.

“பாருடா... பெருசுக்கு நாய் சென்டிமென்ட்... என் அப்பாவும் இப்படித்தான் சொல்லிட்டு இருப்பாரு” என்று கிண்டல் அடித்தான்.

"கிச்சு... பெரியவங்க கிட்ட மரியாதை இல்லாம பேசாத டீ குடிச்சிட்டு போற வழிய பாரு" என்று ராஜி அதட்டினாள்.

"அவர்களிடம் எதைச் சொல்லியும் பயனில்லை.. நாயா பிறந்தால்தான் தெரியும்" என்று முனகிக் கொண்டேன். அவர்கள் எல்லாம் டீ குடித்துவிட்டுப் போகும் வரை காத்திருந்து வழக்கம்போல் வடையை வேண்டாம் என்று டீ போடச் சொன்னேன்.

இப்போது எனது மனது அந்த ஒரு வினாடியை எதிர் கொள்வதற்கான தயாரிப்புகளில் இருந்தது. ஆசைகள், எதிர்பார்ப்புகள், சபலங்கள், பலவீனங்கள் எல்லாம் ஒன்று திரண்டு வலது கை விரல்களின் நுனியில் துடித்து நின்றன. என் உடல் விரல்நுனியாகச் சுருங்கிப் போனது. ஸ்பெஷல் டீ இட்டு சிரத்தையோடு ராஜி என்னிடம் நீட்டிய போது மெதுவாக, மிக மெதுவாக, மிக மிக மெதுவாக ஏதேச்சையாக என்பது போல் எனது விரல்கள் அவளுடைய விரல்களை ஸ்பரிசித்து விலகின. தவமிருந்த அந்த மின்னல் தொடுதலின் தாக்கத்தைத் தாங்கிக்கொள்ள முடியாமல் அருகிலிருந்த மின்கம்பத்தில் சாய்ந்து நின்றேன். அடுத்த 24 மணி நேரத்திற்கு இந்தப் புளகம் போதுமானதாக இருந்தது.

# உடன்படா மெய்

வெளியே இருந்த வெயிலின் சூடு கொஞ்சம் கூட இல்லாத அந்த அடர்ந்த நரிவிலி மரத்தின் புதருக்குக் கீழே ஆறுமுகன் மரத்தில் சாய்ந்து உட்கார்ந்திருந்தான். அவன் மடியில் தலை வைத்துப் படுத்திருந்த லதாவின் கண்களில் கிறக்கம்.

"இந்த நிமிடம் இப்படியே நீடித்துவிடக் கூடாதா?" என்று ஏக்கத்தோடு கேட்டாள். ஆறுமுகனின் நீண்ட விரல்கள் அவள் தலைமுடிக்குள் உழுது கொண்டிருந்தன.

கூமாச்சிமலை அடிவாரத்தில் இருந்த தென்கரை அணைக்கட்டின் நீண்ட புல்மேடுகளின் தெற்கு எல்லையில் உள்ள இயற்கையான வேலிப் புதருக்குள் அடர்ந்து நின்றிருந்த அந்த நரிவிலி மரம்தான் அவர்களின் பகற்குறி.

லதா எழுந்து அவனது முகத்தை இரண்டு கைகளால் ஏந்தி முதன் முதலாக அவனைப் பார்ப்பது போல் பார்த்தாள். இருண்ட நிறம், குழிந்த, கூர்மையான கண்கள், சிறிய மூக்கு, தடித்த உதடுகள், வரிசையான பற்கள், சதைப் பிடிப்பில்லாத கன்னம்... ஒரு ஆப்பிரிக்க குத்துச்சண்டை வீரனைப் போல இருந்தான். அவனை ரசித்துப் பார்த்த அவள் அவன் கண்களில் எதையோ தேடுவது போல உன்னிப்பாகப் பார்த்தாள். ஆறுமுகம் அவனது மனக்கட்டுப்பாடுகளை இழந்து அவளை இறுக்கமாக அணைத்துக் கொண்டான். அந்த

அணைப்பின் இறுக்கத்தில் உழைத்து உரம் ஏறிய அவனது உடல் பலம் தெரிந்தது.

"இவ்வளவு உடல் பலம் இருக்கிற உனக்கு ஏன் மனபலம் இல்லாமல் போச்சு? வாழ்ந்து காட்டுவம்டா..." லதா அவனை ஊக்கப்படுத்தினாள்.

"உனக்கு அதோ அங்க தெரியற அரச மரத்துக்குக் கீழ இருக்குற நம்ம ஊரு செல்லாத்தம்மன் கதை தெரியுமா?"ஆறுமுகனின் கேள்வி அவளைக் குழப்பியது.

"கையில விஷத்தை வாங்கி வச்சிட்டு... சாமி கதை தெரியுமான்னு. கேட்கிறயே உன்கிட்ட நான் என்ன சொல்றது..?"

"இல்ல லதா... ஒரு காரணமாத்தான் கேட்டேன். நீ அதக் கேளு அப்புறம் உனக்கே புரியும்.. நான் ஏன் சொன்னேன்னு.

இந்த ஊரு ராசாவுக்கு ஒரு பெண் கொழந்தெ பிறந்தது. கொஞ்ச நாளிலேயே அந்தக் கொழந்தையோட அம்மா இறந்து போயிட்டாங்க... ராசா வேற கல்யாணம் எல்லாம் கட்டிக்காம அந்தப் புள்ளைய ரொம்பப் பாசமா வளத்தி வந்தாரு. செல்லாத்தாங்கிற அந்தப் பொண்ணு வளர்ந்து பெரிய புள்ளையாகிவிட்டது. அவ எப்பவும் பொழுதுபோக்குக்காக மலைக்குப் போவது வழக்கம். அப்படி அவ மலைக்குப் போகும் போது ஒவ்வொரு முறையும் அவர் அவளை எடை போட்டுத் தான் அனுப்புவாரு. திரும்ப வந்து அதே மாதிரி எடை போட்டுப் பார்ப்பாரு. ஒரு நாள் மலைக்குப் போயி திரும்பி வர்ர வழியில ஒரு ஆத்துல குளிச்சிட்டு இருந்திருக்கா... அப்போ ஒரு காட்டுக்காள ஆத்தத் தாண்டி போச்சு. அவ அவசரமா குளிச்சிட்டு வீட்டுக்கு வந்துட்டாள்.

அரண்மனைக்கு வந்த செல்லாத்தாளோட முகம் வாடி இருக்கிறத பார்த்து ராசா... என்னாச்சுன்னு கேக்குறாரு... செல்லாத்தா எதுவும் சொல்லல. கூடப் போன தோழிகிட்ட கூப்பிட்டு கேட்டப்பவும் அவங்களும் ஒன்னும் சொல்லல.. அன்னைக்கு அவ திரும்பி வரும்போது எடை போட்டு பார்த்தப்போ எடையில வித்தியாசம் இருந்திருக்கு.

உடனே ராசா அவளைக் கொன்னு அவ வயித்த கிழிக்கச் சொல்லியிருக்காரு. வயித்தக் கிழிச்சுப் பார்த்தப்போ... அவ வயித்துக்குள்ள காளக்கன்னு இருந்திருக்கு. ஊர்ல யாருக்கும் தெரியாமல் அதைப் புதைக்கச் சொல்லிட்டாரு.

அப்புறம். செல்லாத்தாளோட ஆவி வந்து ராசாவோட குடும்பத்தெ தொந்தரவு பண்ணி இருக்கு. அவளெ சமாதானம் செய்யத்தான் பூசை எல்லாம் செஞ்சு செல்லாத்தம்மன்னு சாமியாக்கி கும்பிடத் தொடங்கினாங்க. அதுதான் நம்ம ஊர்ல ஆத்துக்குப் பக்கத்துல இருக்குற செல்லாத்தம்மனோட பூர்வீகக் கதை."

"ஆறு... இந்தக் கதை எனக்கும் தெரியும்டா... நீ என்ன என்கிட்ட புதுசா சொல்லிட்டு இருக்கெ." புரியாமல் லதா கேட்டாள்.

ஆறுமுகம் விரக்தியாகச் சிரித்தான். "லதா நீதான் அந்த செல்லாத்தம்மன் நான்தான் அந்த காட்டுக்காளை... இப்ப யோசிச்சு பாரு அது கதையா... உண்மையான்னு தெரியும்... நாளைக்கு நீ ஒரு செல்லாத்தம்மனா மாறி ஏதாவது கோவிலில் உட்கார்ந்துட்டு இருப்பே... நான் சொல்றது புரியுதா...?"

"ஓ.... இவ்வளவு நாளா நான் இந்தக் கதையை இப்படி யோசிச்சு பார்த்ததில்லடா... சரி அப்படியே இருக்கட்டும் அன்னைக்கு அந்தச் செல்லாத்தாளுக்கு இருந்த வாய்ப்பு ரொம்ப கொஞ்சம் தான். ஆனா இன்னைக்கு காலம் மாறிப்போச்சு... உலகம் இன்னைக்குப் பரந்து விரிஞ்சு கிடக்கு. உனக்கு உழைக்கிற சக்தி இருக்கு... எனக்குப் படிச்ச அறிவு இருக்கு... எங்கப் போனாலும் பொழச்சிக்கலாம் டா... இந்தச் சாகுற யோசனையை விட்டுடு... எனக்குச் சுத்தமா பிடிக்கல... வாழ்ந்து காட்டணும்டா..."

"போன மாசம் பேப்பர்ல வந்தது ஞாபகம் இருக்கா... நம்மள மாதிரி பெங்களூருக்கு ஓடிப் போனவங்கள... தேடிக் கண்டுபிடிச்சுக்... கொண்டு வந்து ஊர்ல வெட்டுனாங்களே... அது உனக்கு ஞாபகம் இருக்கா? இல்ல லதா நம்மள வாழ விடவே மாட்டாங்க... ஒவ்வொரு நிமிஷமும் பயந்து பயந்து வாழ்றத விடச் செத்துப் போறது... எவ்வளவோ மேல். முடிவை மாத்த வேண்டாம்..." உறுதியாகக் கூறினான் ஆறுமுகன்.

அவனை வாழச் சொல்லி வற்புறுத்துவது இவள் சாவதற்கான பயத்தின் காரணமா என்று நினைப்பானோ என்று லதா வற்புறுத்துவதை விட்டுவிட்டாள்.

ஒரு பெரிய கார்மேகம் மெல்ல நகர்ந்து சூரியனைத் திரையிட்டது. அந்த இருட்டுப் புதருக்குள் இன்னும் தன் அடர்த்தியைக் கூட்டிக் காரிருட்டாக மாற்றியது. நாளைகளின் அச்சம் நகர்ந்துவிட்டதால் இன்றைகளின் இனிமை அவர்களை உள்ளிழுத்துக் கொண்டது.

இன்பத்தின் உச்சகட்ட மலைமுகடுகளில் இருந்து சோகத்தின் அதள பாதாளத்தில் சுருண்டு விழுந்தனர் இருவரும். இருவருக்குமே அழுகை தாங்க முடியாமல் வந்து கேவிக் கேவி அழுதனர். ஆறுமுகம் ஏற்கெனவே வாங்கி வந்திருந்த குளிரூட்டப்பட்ட மாம்பழச்சாறை எடுத்தான். கூடவே பால்டாயிலையும் எடுத்தான். தயாராகக் கொண்டு வந்திருந்த இரண்டு கிளாஸில் மாம்பழச்சாறை ஊற்றினான். அதில் பால்டாயிலை ஊற்றத் தொடங்குவதற்கு முன் அவள் அந்தப் பழச்சாறை எடுத்து அதன் ருசியைச் சுவைத்தாள். வாய் நிறைய பழச்சாறை ஊற்றி அதை அவன் வாயோடு வாய் வைத்துப் பகிர்ந்துகொண்டாள்.

பழச்சாறா அல்லது அவளது உதடுகளா எது சுவை அதிகமாக இருக்கிறது என்று குழம்பிப்போன ஆறுமுகன்,

"உலகத்தில் இத்தனை சுகங்கள் எல்லாம் இருக்கும்போது இதையெல்லாம் எதையுமே அனுபவிக்காமல் இப்படிச் சாக வேண்டியதா போச்சே லதா. அப்படி நம்ம என்ன தப்பு பண்ணினோம்?" என்று கூறி கேவிக் கேவி அழத் தொடங்கினான் அவனை இறுக அணைத்துக்கொண்டு.

"இப்பக் கூட ஒன்னும் கெட்டுப் போகல ஆறுமுகா நம்ம வாழ்ந்து காட்டலாம் டா. இப்படிக் கோழைகள் மாதிரி சாகிறது எனக்குப் பிடிக்கவே இல்லை. என்ன சொல்ற நீ?"

"இல்ல லதா நம்மள வாழ விடமாட்டாங்க. அவங்க நம்மள கொல்றதுக்கு முன்னதாக நம்மளே நம்மளை அழிச்சுக்குறது நல்லது இல்லையா?"

"உலகம் ரொம்பப் பெருசுடா நீ இந்தக் குக்கிராமம் மட்டும் தான் உலகம்னு நினைக்கிறயா? நமக்குச் சிறகுகள் இருக்குது பறந்துருவம்டா."

"நீ சாகறதுக்குப் பயந்துட்டியா லதா...? நம்ம செத்த பின்னால எந்தக் கட்டுப்பாடுகளும் இல்லாமல் இந்த உலகத்தில எல்லா இடத்திலும் பறந்து திரியிறதில ஒரு சுகம் இருக்கு. அத நான் இப்பவே உணர்றேன். வா லதா இந்த உலகத்தெ எனக்குப் பிடிக்கல."

இரண்டு கிளாசில் மீண்டும் பழச்சாறை ஊற்றி அதில் அவளுடைய கிளாஸில் குறைவாகப் பால்டாயிலும் அவனது கிளாசில் கூடுதலான பால்டாயிலும் ஊற்றி ஒரு சிறு கம்பை

எடுத்துக் கலக்கினான். இந்த ஏற்பாடு லதாவுக்கு மட்டுமல்ல வானத்துக்கும் பூமிக்குமே பிடிக்காததால் ஈசான மூலையில் இடி முழங்கி ஓய்ந்தது.

ஏதாவது அதிசயங்கள் நடந்துவிடக் கூடாதா என்ற ஒரு அல்ப ஆசை அவள் மனதில் எழுந்தாலும் கூட அதைப் பொருட்படுத்தாமல் அவனுக்கு ஊற்றி வைத்திருந்த கிளாசை எடுத்து மடமடவென்று குடித்தாள்.

பால்டாயிலின் கடுமையான வாசமும் கசப்பு கலந்த சுவையும் உடனடியாக அவளை வாந்தி எடுக்க வைத்தது. அவள் வாந்தி எடுக்காமல் இருக்கச் சிரமப்பட்ட போதிலும் அதையும் தாண்டி ஓங்காரத்துடன் வாந்தி வந்தது.

ஆறுமுகன் மீதி இருக்கும் பால்டாயிலையும் தனது பழரச கிளாஸில் ஊற்றி மடக்கென்று ஒரே விழுங்கில் குடித்து விட்டான். அவனுக்கும் வயிற்றைப் புரட்டி வாந்தி வந்தது. இருவரும் மாறி மாறி வாந்தி எடுத்தனர். இன்னும் கொஞ்ச நேரத்தில் இது எல்லாம் முடிந்துவிடும் என்று அவள் அவனுக்கு ஆறுதல் கூறினாள்.

தாங்க முடியாத வயிற்று வலியும் மூச்சு முட்டலும் காதினுள் புகை வருவது போன்ற உணர்வும் என என்னென்னவோ வலிகள் உடல் முழுவதும் தீப்பற்றி எரிவது போல் இருந்தது லதாவுக்கு. தண்ணீருக்குள் குதித்தால் பரவாயில்லை என்று தோன்றியது. உயிரைக் கொடுத்து அணைக்கட்டின் படித்துறையில் உள்ள தண்ணீரை நோக்கி ஓடினாள்.

ஆறுமுகனும் அவளைப் பின்தொடர்ந்து ஓடி வந்தான். படித்துறை அடைவதற்கு முன்னதாகவே லதா விழுந்து விட்டாள். வாயில் நுரை தள்ளியது அவனது கைகளை இறுகப் பிடித்துக்கொண்டு நெடுஞ்சான் கிடையாக விழுந்துவிட்டாள். இரண்டு மூன்று முறை உடல் துள்ளியது. அதன்பிறகு நீண்ட மௌனம்.

அவள் அருகிலேயே அமர்ந்து ஆறுமுகம் பலமுறை வாந்தி எடுத்தான். லதா கூறியது போல் எங்காவது போயிருக்கலாமோ என்று நினைத்தான். வயிற்று வலி உயிர் போவது போல் வலித்தது. புல் மேட்டில் கிடந்து அங்கும் இங்குமாக உருண்டான். மரணம் இவ்வளவு கொடூரமானது என்று அவன் நினைக்கவில்லை. வலிகளையும் ஆதங்கங்களையும் ஒட்டுமொத்தமாகச் சேர்த்து லதாவை இறுக அணைத்துக்கொண்டு குப்புறப் படுத்தான்.

இந்த அணைப்புதான் உலகத்துக்கு அவர்கள் சொல்லும் செய்தி.

நான் இதை எழுதிவிட்டு அடுத்த வரியை எழுதத் தொடங்கிய போது பேனா எழுத மறுத்தது ஒருவேளை பேனாவில் மை தீர்ந்துவிட்டிருக்கலாம் அல்லது பேனாவுக்குக் கூட துக்கம் தொண்டையை அடைத்திருக்கலாம் என்று நினைத்துக் கொண்டிருந்தபோதே கரண்ட் போய் உலகமே இருண்டது போல் இருந்தது. பேனாவை வைத்துவிட்டு மெல்ல எழுந்து ஜன்னல் அருகே சென்று வெளியே பார்த்தேன். இரவு வெகுநேரமாகி இருந்தது. மணி என்ன இருக்கும் என்று தெரியவில்லை.

பகலில் அழகாகத் தெரியும் காட்சிகள் இருளில் அச்சத்தைத் தருவதாக மாறி இருந்தன. காற்றைக் கூட இருட்டு கைது செய்து இருப்பதாகத் தோன்றியது. ஆறுமுகன் லதாவின் மரணம் மனதை என்னவோ செய்தது. அவர்கள் வெறும் கதாப்பாத்திரங்கள் மட்டும்தானா...? என்னையும் அறியாமல் என் கண்கள் நிறைந்து கண்ணீர் உருண்டு கன்னத்தில் விழுந்தது.

திடீரென்று காற்று வேகமாக வீசியது. என்னுடைய அறையில் நான் மட்டுமல்லாமல் வேறு யாரோ இருப்பது போன்ற ஒரு பிரம்மை ஏற்பட்டது. என் கணவர் அடுத்த அறையில் தூங்கிக்கொண்டிருக்கிறார். இங்கு என்னைத் தவிர வேறு யாரும் இல்லை. உள்ளிருந்து தாழிடப்பட்ட அறைக்குள் யார் வரப்போகிறார்கள்? ஒருவேளை நான் பயந்துவிட்டேனோ? என்று யோசித்துக் கொண்டிருந்தபோது யாரோ கேவிக் கேவி அழுவது போல் சத்தம் கேட்டது.

நான் அப்பட்டமாக ஒவ்வொரு அணுவிலும் அதிர்ந்து பயந்து, "யாரது?" என்றேன்.

"கனலி... நான்தான் ஆறுமுகன்... பயப்படாதே நான் உன்ன ஒன்னும் பண்ண மாட்டேன்... நான் செத்து கால் நூற்றாண்டு ஆயிட்டும்... பெத்தவங்க கூட மறந்துபோன பின்னாலயும்... நீ இன்னும் மறக்காம என்னை ஞாபகம் வச்சிகிட்டு இருக்கிறது ஆச்சரியமா இருந்தது... அதுதான் வந்தேன்."

"என்னது... ஆறுமுகனா...? இது எனக்குக் கனவா? இல்ல உண்மையா? இப்படி எல்லாம் கூட நடக்குமா? ஆறுமுகா... எனக்கு உன்னப் பாக்கணும் இரு... நான் டார்ச் எடுத்துட்டு

வரேன்" என்று கூறி அவசரமாகத் தலையணைக்குக் கீழிருந்த டார்ச் லைட்டை எடுப்பதற்குத் திரும்பினேன்.

"வேண்டாம் கனலி... அது உன்னால முடியாது... நானே என்னைப் பார்த்து 25 வருஷம் ஆச்சு. உன்கிட்ட ஒன்னு சொல்லணும் அதான் வந்தேன்... உன் கண்ணீர்தான் என்னை இங்கு வர வெச்சது." ஆறுமுகனின் அதே குரல்.

இந்த ஏஐ காலகட்டத்தில நான் ஆவி கூட பேசிட்டு இருக்கேனா... இது எப்படிச் சாத்தியம்? என் மனசு இதை நம்ப மறுத்தது. அதைப் புரிந்துகொண்டவன் போல அவன்,

"உலகத்துல நமக்குத் தெரியாத நிறைய விஷயங்கள் இருக்கு கனலி... நீ இத நம்பித்தான் ஆகணும்" என்றான்.

நான் நாளை காலையில் இதைச் சொல்லும் போது சிரிக்கப் போகும் என் கணவரும் என் மகன்களும் இதை நம்பாமல் வாசிக்கும் வாசகர்களும் என் மனதில் மின்னி மறைந்தனர். அந்தச் சிரிப்புக்களையும் என் சந்தேகங்களையும் ஒரே போல் உதாசீனப்படுத்திவிட்டு அவன் என்ன சொல்லப் போகிறான் என்று அறிவதற்காக,

"சொல்லு ஆறுமுகா... என்கிட்ட என்ன சொல்ல வந்தே..?" என்று கேட்டேன்.

"எதுக்காக எங்க கதையைத் தற்கொலை செஞ்ச மாதிரி முடிச்சே...? நாங்க வாழ்ற மாதிரி... இந்த உலகத்தை ஜெயிச்ச மாதிரி எழுது கனலி."

அவன் என்ன சொல்ல முயற்சி செய்கிறான் என்று புரியாமல் நான் குழம்பினேன். "நான் எழுதின கதை உனக்குப் பிடிக்கலையா?"

"இல்ல... கனலி எனக்குச் சுத்தமா பிடிக்கல. அது மட்டும் இல்ல அன்னைக்கு லதா சொன்ன மாதிரி விஷம் குடிக்காம இருந்திருந்தா எங்காவது போய் வாழ்ந்திருந்தால்... நல்லா இருந்திருக்குமேன்னு ஒவ்வொரு நிமிஷமும் நான் வருத்தப்பட்டுட்டு இருக்கேன். அதனால அந்தத் தப்பான முடிவையும் கதையையும் யாரும் வாசிக்க வேண்டாம்னு எனக்குத் தோணுது. நீ பேசாம கதையை மாத்தி எழுதிடு." ஆறுமுகனின் குரலில் ஒரு உறுதி தெரிந்தது.

"நீ என்ன சொல்றே... அது எப்படி முடியும்?... அதான் நான் கதை எழுதி முடிச்சிட்டேனே. என் கதையில நீங்க செத்துப் போயிட்டீங்க. நான் அதை எழுதுவதற்கு முன்னாலே வந்திருந்தீன்னா என்னால ஏதாவது செஞ்சு இருக்க முடியும். இப்ப வந்து கதையை மாத்துனா எப்படி?... அது மட்டும் இல்லாம உன் முடிவை கேட்ட போது நான் அதிர்ந்து போயிட்டேன் தெரியுமா? நீங்க ரெண்டு பேரும் முட்டாள்களா? ஏன் இப்படி அறிவு கெட்டதனமான ஒரு முடிவை அன்னைக்கு எடுத்தீங்க?"

"உண்மையிலேயே அது ஒரு அறிவு கெட்டதனமான முடிவு தான். கனலி நீ... உனக்குப் பிடிச்சவன் கூட வாழனும்னு சொல்லி நீ ஓடிப் போயிட்டெ இல்லெ... அதைக் கூட லதா என்கிட்ட அன்றைக்குச் சொன்னா... நான்தான் முட்டாள் தனமா பிடிவாதம் பிடிச்சு எல்லாத்தையும் கெடுத்திட்டேன்." ஆறுமுகன் குற்ற உணர்வோடு பேசினான்.

"நீங்க போராடிப் பார்த்து முடியாமல் இப்படி ஒரு முடிவெடுத்து இருந்தா கூட எனக்கு வருத்தம் இருந்திருக்காது. பயந்தாங்கொள்ளிகளா... வெறும் கோழைத்தனமா முடிவெடுத்ததில் எனக்கு வருத்தம். நீ நினச்ச மாதிரி கௌரவக் கொலை பண்றவங்க நூத்துல 5 பேர்தான் மத்த 95 பேரும் நல்லாதானே இருக்காங்க. நீங்க ஏன் அவங்கள முன்மாதிரியா எடுக்கல? ஒழுங்கா வாழ்றதை விட்டுட்டு அவசர அவசரமா செத்துப் போயிட்டு இப்ப வந்து கதையை மாத்துன்னு சொன்னா நான் என்ன பண்ண முடியும்?" என் ஆதங்கத்தைக் கொட்டித் தீர்த்தேன்.

"கனலி... இது வெறும் கதைதானே? அதுவும் நீ எழுதின கதை. அந்தக் கதையில என்ன வேணாலும் செய்யற உரிமை உனக்கு இருக்கு இல்ல. யார் வந்து உன்னை தட்டிக் கேட்கப் போறாங்க? அதனால தயவு செஞ்சு கதையை மாத்து. நீயாவது எங்களுக்கு ஒரு நல்ல வாழ்க்கையைக் கொடு." ஆறுமுகன் பிடிவாதம் பிடித்தான்.

"சரி அதைப் பத்தி நான் யோசிக்கிறேன். நீ.. இப்ப சந்தோஷமா தானே இருக்கே? நீ ஆசைப்பட்ட மாதிரி எந்தத் தங்கு தடையும் இல்லாம இந்த உலகத்தைச் சுற்றி வர்ரே இல்லே...? அங்க உன்னை யாரும் காவல் காக்கப் போறதில்ல இல்லே? ஜாதி... மதம்... கருப்பு வெளுப்பு... எந்தப் பிரச்சினையும்

இல்லயில்லையா?" எனக்கு நீண்ட நாளாக இருந்த சந்தேகத்தைக் கேட்டு விட்டேன்.

"அவ்வளவு சந்தோஷமா இருந்தா 25 வருஷம் கழிச்சுக் கூட செத்தது தப்பா போச்சுன்னு நினைக்க மாட்டேன் இல்லையா? அதிலிருந்து கூட உனக்குப் புரியலையா?" சிரித்தான் ஆறுமுகன்.

அவன் சிரிப்பின் தொடர்ச்சியாக இடியும் மழையும் தன் பங்குக்கு என்னைப் பயமுறுத்தின. என் அறையின் கதவு படபட என்று தட்டப்பட்டது. இருட்டு, இடி, மழை... என் கணவர் எழுந்த போது நான் இன்னும் தூங்கவில்லை என்பது தெரிந்திருக்கும். அதுதான் அவர் கதவைத் தட்டுகிறாரா அல்லது அவன் சிரிப்புச் சத்தம் அங்கு வரை கேட்டு இருக்குமா? குழப்பத்தோடு போய்க் கதவைத் திறந்தேன்.

"எந்தினா அர்த்த ராத்திரியில் நீ தனியே இருந்நு சிரிச்சோண்டு இரிக்குன்னே...?"

கலவரமான முகத்தோடு அவர் கேட்ட கேள்விக்கு என்ன பதில் சொல்வது என்று எனக்குத் தெரியவில்லை. நான் சொன்னாலும் அவர் நம்பப்போவதில்லை.

"ஒன்னும் இல்ல இடி இடிச்சதுல உங்களுக்கு அப்படிக் கேட்டு இருக்கும். நீங்க போய்த் தூங்குங்க... இன்னும் பத்து நிமிஷத்துல...இந்தக் கதையை முடித்துவிட்டு வந்துவிடுகிறேன்" என்று கூறி அவரிடமிருந்த எமர்ஜென்சி லைட்டை வாங்கிக் கொண்டு அவரை அனுப்பிவிட்டு மீண்டும் கதையை விட்ட இடத்தில் இருந்து எழுதுவதற்குப் பேனாவை எடுத்தேன். பேனாவை ஒரு முறை உதறிவிட்டு எழுதியபோது நன்றாக எழுதத் தொடங்கியது.

"ஆறு... ஆறூ..." மெல்ல கூப்பிட்டுப் பார்த்தேன். எந்தப் பதிலும் இல்லை. ஒருவேளை நீண்ட நேரம் தூங்காமல் இருந்தபோது எனக்கு ஏற்பட்ட பிரம்மையா? அல்லது கதையிலும் கூட கொன்றுவிட்டோமே என்ற குற்ற உணர்வா? அல்லது உண்மையிலேயே அவர்கள் இப்படி நடந்து இருக்கக் கூடாது என்று நான் ஆசைப்படுவதன் வெளிப்பாடா? அவ்வளவு தத்துரூபமாக அதுவும் ஆறுவின் அதே குரலில், அதே பிடிவாதத்தோடு பேசியதை என் காதாரக் கேட்டேனே? அவன் சொன்னது போலக் கதையை மாற்றி எழுதிவிடலாமா? ஆறுமுகன் எழுந்து பார்த்தபோது அது ஒரு கனவாக இருந்தது. இல்லை இப்படிக் கோழைத்தனமாக இறக்கப்

போவதில்லை என்று மனதில் தீர்மானமாக முடிவு செய்து கொண்டு தனது முடிவு மாற்றத்தை லதாவிடம் சொல்ல குவகாத்திக்கு எடுக்கப்பட்ட இரண்டு ரயில் டிக்கெட்டுகளுடன் புறப்பட்டான் என்று முடித்துவிடலாமா?

ஒவ்வொரு நாளும் பணக்கார நரக வாழ்க்கை வாழ்ந்து கொண்டிருக்கும் லதா, "அன்னைக்கு ஆறுமுகன் சொன்ன மாதிரி சாகறதுக்கு தைரியம் இருந்திருந்தால் இன்னைக்கு இப்படி அணுஅணுவா செத்துட்டு இருக்கமாட்டேன். 'அந்த நாதாரி இப்படிப் புடிச்சானா... இப்படிக் கடிச்சானா... இன்னும் என்ன எல்லாம் செஞ்சான்... நான் உன் கூட படுக்கிறப்பக் கூட இன்னும் அவனைத்தான் நெனச்சிட்டு இருப்பியா... ஏன்னா...அவன்... உனக்காகச் செத்த மஜ்னு இல்லையா...?'ன்னு ஒவ்வொரு நிமிஷமும் என்னக் குத்திக் காட்டி கொன்னுட்டு இருக்குறவனுக்குச் சாட்டைல அடிச்ச மாதிரி அவன் கூடவே செத்துப் போனதா ஒரு கதை எழுது கனலி... சாவிலயாவது சந்தோஷமா ஒன்னு சேரமுடியுமில்லையா?" என்று அழுது கேட்டுக்கொண்ட லதாவுக்கு நான் என்ன பதில் சொல்வேன்.

ஆறுமுகனும் லதாவும் என் இருபுறமும் இருந்து என்னை வற்புறுத்துவது போல் இருந்தது. மேற்கொண்டு எதுவும் எழுதுவதில்லை என்ற முடிவோடு பேனாவை மேசையின் மீது எறிந்தேன். அது வளைவில் போகும் ரயிலின் வரைபடம் போல் வரைந்து உருண்டு கீழே விழுந்தது. அடர்த்தியான மௌனத்தின் கடுமையைத் தாங்க முடியாமல் கதவைத் திறந்து படுக்கையை நோக்கி நடந்தேன்.

# நோக்கி இறைஞ்சினான்

குளிரூட்டப்பட்ட அந்தப் பெரிய வசதியான அறையில் வைக்கப்பட்டிருந்த பொருள்களில் கூட ஒரு ராணுவ நேர்த்தி தெரிந்தது. கைதேர்ந்த ஒரு கலைஞர் தேடித் தேடி வாங்கிய பொருள்கள் அந்த அறையை அலங்கரித்தது போல் இருந்தது. அந்த அறையின் இடது மூலையில் கிழக்கு மேற்காக ஒரு விலையுயர்ந்த மருத்துவமனை கட்டில் போடப்பட்டிருந்தது. அதன் தலைப்பகுதி சற்றே உயர்த்தப்பட்டு அதில் சந்தீப் படுக்க வைக்கப்பட்டிருந்தான். அவனுக்கு நேராக இருந்த சுவரில் ஒரு பெரிய ஸ்மார்ட் டிவி பொருத்தப்பட்டு அதில் பழைய ஒரு ஹிந்தி படம் ஓடிக் கொண்டிருந்தது.

அந்த அறையின் வலது புற ஜன்னல் அருகே ஒரு மேசையிட்டு சந்தீப்பைக் கவனித்துக்கொள்ளும் ஹோம்நர்ஸ் ரியா அமர்ந்திருந்தாள். அவள் ஏதோ ஒரு சுவாரசியமான மில்ஸ் அண்ட் பூன் நாவலை வாசித்துக்கொண்டிருந்தாள்.

'இளமையான, அழகான, முடி பாப்கட் செய்யப்பட்ட, நவீன உடைகள் அணிந்த, தமிழும் ஆங்கிலமும் பேசத் தெரிந்த ஒரு முழு நேர ஹோம்நர்ஸ் தேவை' என்ற விளம்பரம் ரியாவுக்கு ஆச்சரியத்தைத் தந்தது. சென்னையில் அவள் இன்டர்வியூவிற்குப் போனபோது அவளுக்கே தெரிந்துவிட்டது தனக்குத்தான் கிடைக்கப் போகிறது என்று. அவள் எதிர்பார்த்ததை விடச் சம்பளம். அவள் சாப்பிடுவதற்கு என்ன வேண்டும்

என்று கூறுகிறாளோ அதைச் சமைத்துத் தருவதற்கும் வீட்டைச் சுத்தம் செய்வதற்கும் ராணுவப் பணியாளர்கள். பேச்சுத் துணைக்கு ஆள் இல்லை என்பதைத் தவிர ரியாவுக்கு மற்று எல்லாம் ராஜபோகமாகவே பட்டது. டெகராடூன் வந்து வேலைக்குச் சேர்ந்துவிட்டாள்.

சந்தீப் ராணுவத்தில் ஒரு பெரிய பதவியில் இருந்திருக்கிறான் என்பதை அந்த அறையில் கண்ணாடிக்குள் நேர்த்தியாகத் தொங்கவிடப்பட்டிருந்த அவனது ராணுவ உடையும் அதிலிருந்த நட்சத்திரங்களும் பதக்கங்களும் தெரிவித்தன.

ஏதோ ஒரு பெரிய விபத்தில் சிக்கிச் செயலிழந்து படுத்த படுக்கையாகிவிட்டான் என்று மட்டும் ரியாவுக்குத் தெரிகிறது. சந்தீப் முக்கால் பாகம் அதுவாகவும் கால் பாகம் அவனாகவும் இருந்தான். விபத்துக்கு முன்னால் குணத்தில் அப்படி இருந்திருப்பானோ என்னவோ... இப்போது உடலில் அப்படி இருக்கிறான். கண்ணிமை மட்டும்தான் அவன் உயிரோடு இருப்பதைச் சாட்சிப்படுத்திக் கொண்டிருந்தது. வாய் ஒருபுறமாகச் சரிந்து இருந்தது.

அறையில் தொங்கவிடப்பட்டிருந்த அவனது போட்டோக்களில் மிடுக்கோடு, சினிமா ஹீரோக்களைப் போல இருந்த சந்தீப் தான் இப்படிக் கிடக்கிறான் என்று கூறினால் யாரும் நம்ப மாட்டார்கள்.

சந்தீப்பின் மனைவி சாருலதாவுடன் ஒரு பார்ட்டியில் நின்று எடுக்கப்பட்ட போட்டோ ரியாவுக்குச் சற்று வித்தியாசமாகப் பட்டது. சாரு இன்று போல் அல்லாமல் பாப் கட் செய்யப்பட்ட தலைமுடி, ஸ்லீவ்லெஸ் டாப்ஸ், முழங்காலுக்கு மேல் நிற்கும் மிடி, ஹைஹீல் செருப்பு நிறைய லிப்ஸ்டிக்... என மிகக் கவர்ச்சியாக நின்றிருந்தாலும் அவள் கண்களில் ஏதோ ஒரு அசௌகரியம் இருப்பது போல் ரியாவுக்குத் தோன்றியது.

மூன்று மாதத்திற்கு முன்பு ரியா டெகராடூன் வந்து இறங்கி, இங்கு வீட்டுக்கு அழைத்து வரப்பட்ட போது அவளுக்கு இது எல்லாமே ஆச்சரியமாகவும் மர்மமாகவும் இருந்தன. மேலும் சில கேள்விகள் அவளுக்கு இருந்தன. ஆனால் அந்தக் கேள்விகளுக்குப் பதில் சொல்ல யாரும் இல்லை. அவனது உடல் நிலை குறித்த செய்திகளைத் தவிர அவளுக்கு எதுவும் தெரியாது. இன்றும் அந்தக் கேள்விகள் பதில் இல்லாத கேள்விகளாகப் புதிராகவே தொடர்கின்றன. திடீரென்று

ஒருநாள் எழுந்து தனது கேள்விகளுக்கு எல்லாம் இந்த சந்தீப் பதில் சொன்னால் எப்படி இருக்கும் என்று கற்பனை செய்து பார்த்தாள். வாரம் ஒருமுறை தவறாமல் வரும் மருத்துவரிடம் ஒருநாள் தனது ஆசையைக் கேட்கவும் செய்தாள். அதற்கான வாய்ப்பு நூற்றில் ஒரு சதவிகிதம் கூட இல்லை என்று அவர் உறுதியாகக் கூறிவிட்டார்.

ஏசி செய்யப்பட்டிருந்த அறையாக இருந்தாலும் கதவை முழுவதுமாக அடைப்பதில் சந்தீபுக்கு உடன்பாடு இல்லை என்பதை அவன் கண்களால் காட்டும் எதிர்ப்பிலிருந்து ரியா புரிந்துகொண்டாள். காலையில் 9.50 ஆகும்போது சரியாக அவன் கண்கள் கதவிடுக்கு வழியாக எதையோ தேடுவதைப் பார்க்க முடிந்தது. அதுபோல மாலை 5 மணி அளவில் அவன் கதவிடுக்கையே வெரித்துப் பார்த்துக் கொண்டிருப்பதை ரியா பார்த்துக் கொண்டிருந்தாள்.

சந்தீப்பின் மனைவி சாரு லதா காலையில் ஆபீசுக்குப் போவதையும் மாலையில் வருவதையும்தான் அவன் கவனித்துக் கொண்டிருக்கிறான் என்பதைப் போகப் போக ரியா புரிந்து கொண்டாள்.

சாருலதா ஒரு முறை கூட அவனை வந்து பார்க்க வராதது ஏன் என்பது மிகப் பெரிய புதிராக இருந்தது ரியாவுக்கு. ஆனால் அவன் மீது அக்கறை இல்லாத மனைவி என்று ரியாவால் நினைக்கவும் முடியவில்லை. அவள் ஆபீஸ் போவதற்கு முன்பாக ரியாவை அழைத்து அன்று கொடுக்க வேண்டிய உணவு, ஜூஸ், மருந்து டிவியில் போட வேண்டிய படம் என அனைத்தையும் மிகத் துல்லியமாகக் கூறிவிட்டு, அவனது உடல்நிலை குறித்து விசாரித்துவிட்டுப் போவாள்.

மதியம் ஆபீசில் இருந்து ஃபோனில் கூப்பிட்டு மீண்டும் இதை எல்லாம் விசாரிப்பாள். மாலை வந்தும் மிக அக்கறையோடு இதை எல்லாம் அவள் செய்வதுண்டு. எனவே அவள் அக்கறை இல்லாத மனைவி என்று சொல்லவும் ரியாவால் முடியவில்லை.

சாருவைப் பார்ப்பதற்கு ரியாவுக்கு மிகவும் பிடிக்கும். அவள் அவ்வளவு அழகு. ஒருமுறை அவள் சேலையுடுத்து நீண்ட தலைமுடியில் நிறைய முல்லைப் பூ வைத்து ஏதோ ஒரு திருமணத்திற்குப் போவதற்காக வந்தபோது சினிமா நடிகை வருவது போன்று தோன்றியது அவளுக்கு. ராணுவச் சீருடைகளில் கூட அவள் கவர்ச்சியாகவே காணப்பட்டாள்.

ராணுவ அதிகாரிகளின் முரட்டுக் குணம் அவள் முகத்தில் இல்லை. ஒருவேளை சிறிது காலத்திற்கு முன் கணவனது வேலை அவளுக்குக் கிடைத்ததாக இருக்கலாம்.

காலையில் சந்தீப்பின் கண்கள் வாசலை நோக்கி அலைபாய்ந்து கொண்டிருந்தன. அந்தக் கதவை இன்னும் கொஞ்சம் திறந்து வைக்கும்படி கெஞ்சுவது போல் இருந்தது அவனது பார்வை. ஒருமுறை அவ்வாறு அவள் செய்ததற்குச் சாருவிடம் சரியாக வாங்கிக் கட்டிக்கொண்டாள். ஒரு மின்னல் போல் சாரு அந்தக் கதவைக் கடந்து போவதைப் பார்ப்பதுதான் தன் வாழ்க்கையின் லட்சியம் என்பது போல் இருக்கும் அவனது பார்வை.

ஒருமுறை சாருவுடன் வந்த ஒரு ராணுவ அதிகாரி சந்தீப்பைப் பார்ப்பதற்காக அறைக்குள் வந்து சற்று நேரம் அவனைக் குறித்து ரியாவிடம் விசாரித்துவிட்டு சாருவின் ரூமுக்குப் போய்விட்டார். சந்தீப் தீயிலிட்ட புழுவைப் போல் துடித்துக் கொண்டிருந்தான். அவனது பல்ஸ் தாறுமாறாக ஓடிக் கொண்டிருந்தது. அந்த அதிகாரியோடு சாரு உறவு கொள்கிறாள் என்று நினைத்தானோ என்னவோ. பலமுறை அந்த அதிகாரி சாருவுடன் வருவதை அவளே பார்த்திருக்கிறாள். ஒருவேளை அவனது சந்தேகம் சரியாகக் கூட இருக்கலாம். ஒருவருடன் நட்பாகப் பேசினால் உடனே உறவு கொள்ளுதல் என்று பொருளா என்ன? சாரு அப்படிப்பட்ட பெண்ணாக ரியாவுக்குத் தோன்றவில்லை. ஆனால் சாருவும் அந்த அதிகாரியும் இந்த அறையைக் கடந்து போகும் போது சிரிக்காமல் போய் இருக்கலாம் என்று ரியா நினைத்தாள். சந்தீப்பின் கண்கள் சிவந்து கோபத்தின் உச்சகட்டமாகக் கண்ணீர் வடிந்துகொண்டிருப்பதைப் பார்த்தபோது இது ஏதோ ஒரு நிகழ்வின் தொடர்ச்சி போல் ரியாவுக்குத் தோன்றியது.

ஒரு கணவன் செயலற்று இவ்வாறு கிடைக்கும் போது மனைவி வந்து பார்க்கவே இல்லை என்றால் அது சாதாரண நிகழ்வாக இருக்க வாய்ப்பே இல்லை. ஒருவேளை இவன் பயங்கரமான கொடுமைகள் செய்திருப்பானோ. அந்தக் கொடுமைகளைத் தாங்கி வாழ்ந்ததன் வெறுப்புதான் சாரு இப்படி நடந்து கொள்வதற்குக் காரணமோ?

ஒரு மிகவும் ஏழைப்பட்ட குடும்பத்தில் பிறந்த சாருவை அவள் அழகைப் பார்த்து மட்டுமே மயங்கி சந்தீப் திருமணம் செய்து விட்டிருக்கலாம். அழகின் மயக்கம் தீர்ந்த பின்பு ஒருவித

விரக்தியும் வெறுப்பும் தோன்றியிருக்கலாம். அந்த வெறுப்பு அவளைத் துன்புறுத்துவதற்குத் தூண்டி இருக்கலாம். குறிப்பாக ஊரிலிருந்து வெகுதொலைவில் இருப்பதாலும், அவளுடைய சொந்தங்கள் என்று யாரும் சொல்லிக்கொள்ளும்படி இல்லாமல் இருந்ததாலும் அவன் தன் விருப்பத்திற்கு அவளைக் கொடுமைப்படுத்தி இருக்கலாம்.

என்ன... விட்டால் நானே ஒரு கதையை எழுதிவிடுவேன் போலிருக்கிறது? இப்படி எல்லாம் தான் நினைப்பதற்கு என்ன காரணம் என்று யோசித்தாள். சாரு அவனை வந்து பார்க்க வராததும், அந்த ஃபோட்டோவில் சாரு அசௌகரியமாக நின்றதும்தான் என்று நினைத்தாள். இந்த இரு சிறு விஷயங்களை வைத்து இவ்வளவு பெரிய காரியங்களைத் தீர்மானிக்க முடியுமா என்று அவள் தனக்குத்தானே கேட்டுக்கொண்டாள்.

யாரிடமாவது இதையெல்லாம் கேட்டுத் தெரிந்துகொண்டால் நன்றாக இருக்கும் என்று ரியாவுக்குத் தோன்றியது. தனிப்பட்ட காரியங்கள் எதையும் கேட்கக் கூடாது, தலையிடக்கூடாது என்று கண்டிப்பாக சாரு வேலையில் சேர்ந்த அன்றே கூறியிருந்தாள்.

எப்போதாவது ஒருமுறை ரியா சமையல் அறைக்குப் போவதுண்டு. அங்கிருக்கும் ஆர்டர்லியிடம் ஏதாவது கேட்டால் என்ன என்று பலமுறை நினைத்திருக்கிறாள். ஆனால், அந்த மதன்லால் சாதாரணமாகப் பேசுவதே மூன்று வீடுகளுக்கு அப்புறம் கேட்கும்படி சத்தமாகத் தான் பேசுவான். தான் ஏதாவது கேட்கப் போய் அவன் ஊரே கேட்கும் படி கத்திப் பேசினால் மறுநாளே பெட்டியைக் கட்டிக்கொண்டு சென்னைக்குப் போய் விட வேண்டி வரும் என்று அவள் நினைத்தாள். எனவே அவளது கேள்விகள் கேள்விகளாகவே மனதில் தொக்கி நின்று அவளைத் தொல்லைப்படுத்திக் கொண்டிருந்தன.

கடைசிக்கு இவனுடைய விபத்து எங்கு வைத்து, எப்படி நேர்ந்தது என்றாவது தெரிந்துகொள்ள வேண்டும் என்ற ஆர்வம் அவளை அலட்டிக்கொண்டே இருந்தது. சந்தீப் ஆழ்ந்து தூங்கிக்கொண்டிருந்தான் என்பது அவனது சீரான மூச்சுக்காற்றில் தெரிந்தது. ரியா மெல்ல எழுந்து அறையில் வலது மூலையிலிருந்த பெரிய அலமாரியை மெல்லத் திறந்தாள்.

சந்தீப்பின் அலுவலகக் கோப்புகள் வரிசையாக அடுக்கி வைக்கப்பட்டிருந்தன. அவற்றை எடுத்து மெல்லத் திறந்து

பார்த்தாள். ராணுவ பெட்டாலியன்களின் ஏதோ கணக்குகள், இவனது சம்பளப் பேப்பர்கள், இன்சூரன்ஸ் பேப்பர்கள் என ஏதேதோ கோப்புகள் இருந்தன. கீழ் வரிசையில் சற்றுப் பழைய லெதர் இடப்பட்ட பெரிய ஒரு கோப்பு இருந்தது. அதைச் சத்தம் இல்லாமல் எடுத்துத் திறந்து பார்த்தாள்.

சந்தீப்பின் பள்ளிப் பருவம் முதல் உள்ள கல்விச்சான்றிதழ்களும் அவன் வாங்கிய பரிசுச் சான்றிதழ்களும் கால வரிசையாக, மிக நேர்த்தியாக, அடிக்கி வைக்கப்பட்டிருந்தன. நேஷனல் டிபன்ஸ் அகாடமியில் முதல் மாணவனாகத் தேரிய சான்றிதழும் அதன் புகைப்படங்களும் காணப்பட்டன. அவனது பயிற்சி காலத்தில் எடுக்கப்பட்ட புகைப்படங்களும் இருந்தன. எவ்வளவு கனவுகளோடு, எவ்வளவு முயற்சி செய்து இந்தப் பதவிக்கு வந்திருக்கிறான். சான்றிதழ்களை வைத்துப் பார்க்கும் போது சந்தீப்புக்கு 40 வயதுதான் முடிந்திருக்கிறது.

40 வயதிலேயே இவ்வளவு பெரிய பதவியில் இருப்பவன் விபத்து ஏற்படாமல் இருந்திருந்தால் ஒருவேளை ராணுவத்தின் ஒட்டு மொத்த அதிகாரியாகக் கூட உயர்ந்திருக்கலாம். ரியாவுக்கு மனது கனமாக இருந்தது. என்ன வாழ்க்கை? கடவுள் ஏன் இப்படிக் கொடுப்பதை எல்லாம் கொடுத்துவிட்டு இடையிலேயே பறித்துக்கொண்டார்? என்று அவள் மனதில் புலம்பிக்கொண்டிருந்தபோது சந்தீப்பின் சலனம் கேட்டது.

மிகுந்த சிரமப்பட்டு ஒரு சென்டிமீட்டர் அளவு தலையை ஆட்டுவதுதான் சந்தீப்பின் மிகப்பெரிய அசைவு. அப்படிச் செய்தால் அவளை அழைக்கிறான் என்று பொருள். ரியா அப்படியே கோப்புகளை விட்டுவிட்டு அவனிடம் ஓடிச் சென்றாள். சந்தீப் அவள் கண்களை நேராகப் பார்த்து தனது எதிர்ப்பைத் தெரிவித்தான். அந்தப் பார்வையில் ஆயிரம் வாட்ஸ் கோபம் தெறித்தது.

"சாரி... இனிமேல் நான் அந்த அலமாரியைத் திறக்கமாட்டேன்" என்று ரியா அவனிடம் மன்னிப்பு கேட்டுவிட்டுத் திரும்ப வந்து அந்த அலமாரியை அடைத்தாள். அதற்கு முன்பாகக் கீழ் அறையிலிருந்த ஒரு பத்திரிகைச் செய்தி கண்ணில் பட்டது. மெல்ல அந்தப் பத்திரிகையைக் காலால் கீழே தள்ளிவிட்டு அலமாரியை உரக்க அடைத்தாள். கீழே இருந்த அந்தப் பேப்பரைக் காலால் அவளது மேசைக்குக் கீழே தள்ளிவிட்டு ஒன்றும் நடக்காதது போல அவள் மேசையில் போய் அமர்ந்து கொண்டாள்.

ஆறு மாதத்திற்கு முன்பு வந்த பேப்பர் அது. அதில் சந்தீப்பின் விபத்தும் அவனை லடாக் மலைச்சரிவில் இருந்து ஏர் லிஃப்ட் செய்யும் புகைப்படமும் போடப்பட்டிருந்தது. இந்திய எல்லைக்குள் அத்துமீறி சீன ராணுவம் நடத்திய ஊடுருவலை எதிர்த்துப் போராடிய இந்திய ராணுவ வீரர்களின் முயற்சி வெற்றி பெற்றதையும் அதில் விபத்துக்கு ஆளானவர்களுடைய செய்திகளையும் விரிவாக எழுதியிருந்தனர்.

டெகராடூனில் இருந்த சந்தீப் ஏன் லடாக்குக்குப் போனான்? பொதுவாக பனிஷ்மென்ட் டிரான்ஸ்பராகத்தான் லடாக்குக்கு ராணுவ வீரர்களையும் அதிகாரிகளையும் அனுப்புவார்கள் என்று கேள்விப்பட்டிருக்கிறாள். அப்படியானால் சந்தீப் என்ன தப்பு செய்திருப்பான்?

தான் மேஜரின் வீட்டுக் காவல்காரனாக இருந்தபோது அவரைத் தேடி வந்த ஒரு அழகியிடம் நீ யார்? எதற்காக வந்தாய்? என்றெல்லாம் விசாரித்ததற்காகத் தன்னை லடாக்கிற்கு ட்ரான்ஸ்பர் செய்துவிட்டான் அந்தப் பாவி என்று தனது நண்பன் ராகவ் புலம்பியது ரியாவுக்கு நினைவுக்கு வந்தது.

சந்தீப்பும் அதுபோல ஏதோ தவறு செய்து டிரான்ஸ்பர் வாங்கிச் சென்றானோ? ஒருவேளை சாருவை அடைவதற்கு சந்தீபின் மேலதிகாரிகள் செய்த சதியோ? ஏனென்றால் லடாக்கிற்குக் குடும்பத்தோடு போக முடியாது அல்லவா? அப்படி அவன் அதிகாரிகளின் சதியால் போயிருந்தால் சாருவிற்கு அவன் மீது இரக்கம்தானே தோன்றியிருக்கும்?. அல்லது சந்தீப் வேண்டுமென்றே அவளை இங்கு தனியே விட்டுவிட்டு விருப்பப்பட்டு ட்ரான்ஸ்பர் வாங்கி தனது வீரத்தைக் காட்டச் சென்றிருப்பானோ? ஹை அல்டிடூடான லடாக்கில் சர்வீஸ் செய்தல் என்பது ஒரு இராணுவ அதிகாரிக்குப் பெருமையாக கருதப்படும் என்று அவள் ராகவ் சொல்லக் கேள்விப் பட்டிருக்கிறாள்.

எவ்வளவு யோசித்தும் காரிய காரணத் தொடர்போடு நிகழ்வுகளைத் தொடர்ச்சியாகப் பொருத்திப் பார்க்க அவளால் இயலவில்லை. மேசையின் மீது கவிழ்ந்து படுத்தவள் அப்படியே உறங்கிப் போனாள்.

தூங்கிக் கொண்டிருந்த சாருவின் அறையில் மெல்லப் பூனை போல் நுழைந்தான் சந்தீப். காலை ஐந்தரை மணி இருக்கும். அவன் முகம் இறுகி இருந்தது. ஏதோ தவறு

செய்யப் போவதன் குற்ற உணர்வு முகத்தில் பிரதிபலித்தது. சாரு தூங்கிக்கொண்டிருக்கும் கட்டிலின் தலைமாட்டில் போய் அவளது நீண்டு கிடக்கும் முடியை மிக மெதுவாகத் தலையணையிலிருந்து வெளியே எடுத்தான். பின்னலிடப்பட்ட அந்த நீண்ட தலை முடியை இடது கையில் பிடித்துக்கொண்டு ஆடாமல் அசையாமல் மூச்சுக் கூட விடாமல் சிறிது நேரம் நின்றான். அவள் எழுந்திருக்கக் கூடாது என்பதில் கவனமாக இருந்தான். அவள் தூங்குகிறாள் என்பதை உறுதி செய்துவிட்டு தயாராகக் கொண்டு வந்திருந்த பெரிய கத்திரிக்கோலை எடுத்துச் சத்தம் வராமல், அவள் கழுத்தளவில் வைத்து அவள் தலைமுடியைக் கத்தரித்தான்.

சாருவின் நீண்ட கருநாகம் போன்ற அந்தச் சடைப் பின்னல் இப்போது அவனது இடது கையில் இருந்தது. அதை அருவருப்போடு எடுத்துக்கொண்டு மெல்லக் கதவை நோக்கி நடந்தவன் ஏதோ நினைத்துக்கொண்டவனாக மீண்டும் திரும்பி வந்து அவளது அலமாரியை மெல்லத் திறந்தான். அங்கு வரிசையாக அடுக்கி வைக்கப்பட்டிருந்த அவளது சேலைகளை ஒவ்வொன்றாக எடுத்து நிவர்த்தி தன் கையில் வைத்துக்கொண்டான். மொத்தம் ஒரு 15 சேலைகள் இருக்கும் அவற்றையும் எடுத்துக்கொண்டு மெதுவாக, மிக மெதுவாகக் கதவை அடைத்துவிட்டு வெளியே போனான்.

வீட்டின் பின்புறம் உள்ள வெட்ட வெளியில் அவற்றை இட்டு அதில் மண்ணெண்ணெய் ஊற்றித் தீ வைத்தான். அனைத்தும் வெந்துவிட்டன என்பதை உறுதி செய்துவிட்டுத் தலைமுடி கருகுவதன் நாற்றத்தைத் தவிர்க்க அவன் தன் அலுவலக அறைக்குச் சென்றுவிட்டான்.

உறக்கத்திலிருந்து எழுந்து பார்த்த சாரு தன் முடி கழுத்து வரை வெட்டப்பட்டு இருப்பதைக் கவனித்ததும், வீடே அதிர்ந்து போவது போல் கத்திக் கதறினாள். தன் கையில் கிடைத்ததை எல்லாம் எடுத்துத் தரையில் அடித்து, பைத்தியம் பிடித்தவளைப் போல அலங்கோலமாகக் கத்திக்கொண்டு நின்றாள்.

இந்தச் சத்தத்தைக் கேட்டு அங்கு வந்த சந்தீப் “எதற்காக இப்படிக் கத்தறே... நீ இப்படி காட்டு மிராண்டி மாதிரி இருக்கிறது எனக்குப் பிடிக்கல... உன்ன கூட்டிட்டு பார்ட்டிக்குப் போறதுக்கு எனக்கு அவமானமா இருக்கு... மத்தவங்கள மாதிரி நீ டிரஸ் பண்ணி முடிவெட்டி இருக்கிறதா இருந்தா என் கூட இரு... இல்லாம இருந்தா... நீ உன் ஊர்ல... சோத்துக்கு

வக்கில்லாமல் காஞ்சிட்டு இருந்தியே அப்படியே போயிரு...." என்று கூறிக் கதவைப் படார் என்று அடைத்துவிட்டுச் சென்றுவிட்டான்.

அவன் கதவடைத்த வேகம் ரியாவின் காதுவரை எட்டியது. அதிர்ந்து போய் எழுந்து பார்த்த போது தாழிடப்படாமல் சாத்தி வைத்திருந்த அவளது அறையின் கதவு காற்றில் வேகமாக அடைத்திருப்பது தெரிந்தது. சந்தீப்பும் அந்தச் சத்தத்தில் நடுங்கியிருந்தான்.

இவ்வளவு கொடுமைக்காரனா... சந்தீப்? சே... சே... அவன பாத்தா... அப்படித் தெரியல... ரொம்ப நம்பற மாதிரி தொடர்ச்சியா இருந்ததே... இது கனவா... இல்லை என் கற்பனையா...? அந்த ஃபோட்டோவில பாப் கட் வெட்டி இருந்ததையும் இப்ப சாரு முடி வளர்த்து இருக்கிறதையும் லிங்க் பண்ணிதான் இப்படி எல்லாம் யோசித்துவிட்டோம் போல் இருக்கிறது. ஒருவேளை அவன் இப்படி எல்லாம் செஞ்சதுனால.. தான் அந்த வெறுப்புல சாரு அவனை வந்து பார்க்காம இருக்கிறாளோ? ரியா பலவாறு யோசித்து குழம்பிக் கொண்டிருந்தாள்.

பொதுவாகச் சந்தீப்பைப் பார்ப்பதற்குச் சொந்தக்காரர்கள் என்று யாரும் வருவதில்லை. எப்போதாவது வரும் அவனது நண்பர்கள் சற்று நேரம் அவனிடம் அமர்ந்து அவனது உடல்நிலை குறித்து ரியாவிடம் விசாரித்துவிட்டுச் செல்வார்கள். ஒருமுறை ஊரில் இருந்து சந்தீப்பின் மாமா சந்துரு அவனைப் பார்ப்பதற்காக அங்கு வந்திருந்தார். அவர் வந்தது, ஒருமாதம் அங்கு தங்கி இருந்தது எல்லாம் சந்தீப்புக்கு ஆறுதல் தந்ததோ இல்லையோ ரியாவுக்குப் பெரும் ஆறுதலையும் மகிழ்ச்சியையும் தந்தது.

காலையில் உணவருந்திவிட்டு சந்தீப்பின் அறைக்கு வந்து அவன் அருகில் அமர்ந்து அவனுக்கு மட்டும் கேட்கும்படி மிக மெதுவாக அக்கறையோடு அவனிடம் பேசிக் கொண்டிருப்பார். அவன் திரும்பப் பேசாவிட்டாலும் அவனது கண்களில் அவர் ஏதோ ஒரு வகையான பதிலைப் பெறுவது போல் ரியாவுக்குத் தோன்றியது.

அப்படி என்னதான் பேசுகிறார் என்று அவளிருக்கும் மேசையிலிருந்துகொண்டே ரியா கூர்மையாகக் கவனித்துப் பார்த்தும் ஒன்றும் கேட்கவில்லை. அவள் எழுந்து இயல்பாக

என்பது போல மெல்ல மேற்குப்புறமாக இருக்கும் ஜன்னலுக்கு அருகில் வந்து கர்ட்டனை விலக்கி வெளியே பார்ப்பது போல் நின்றுகொண்டு காதை மிகவும் உன்னிப்பாகக் கூர்மைப்படுத்தி சந்துரு என்ன பேசுகிறார் என்பதைக் கவனித்தாள்.

"இப்ப நீ வருத்தப்பட்டு என்ன பிரயோஜனம்? நான் அன்னைக்கே உன்கிட்ட சொன்னேன்ல... பொம்பளைகள அழ வைக்காதே. அவுங்க மனசில இருக்குற ஈரமும் பாசமும் எல்லாம் கண்ணீரா வெளியே போயிடுச்சுன்னா அவுங்க மனசு இறுகிக் கல்லாயிடும். நாளைக்கு ஒரு காலத்திலெ அது பாறாங்கல்லா மாறி உன் தலையிலேயே விழும்னு சொன்னேனே கேட்டியா? அன்னைக்கு உனக்கு பலம் இருந்தது திமிர் இருந்தது" அவனைப் பார்த்து மிக மெதுவாக, அவனுக்குக் கேட்கும்படி கூறிய அவர், அது ரியாவுக்குக் கேட்டிருக்குமோ என்ற சந்தேகத்தில் அவளைப் பார்த்தார்.

தான் எதுவுமே கேட்கவில்லை என்பது போல இயல்பாக நடந்து மீண்டும் மேசையில் போய் ரியா அமர்ந்து கொண்டாள். அப்படின்னா நான் நினைச்ச மாதிரியே இவன் கொடுமைக்காரனா? அப்போ பணமும் பதவியும் இருக்கிறப்ப சாருவை ரொம்பக் கொடுமைப்படுத்தி இருக்கான் போலிருக்கு... அந்த வெறுப்புலதான் சாரு அவனப் பார்க்க வராம இருக்கா. இப்பக் கதை புரிஞ்சிடுச்சு இல்ல. அப்ப நான் நினைச்சது சரிதான் இல்லையா? என்று தனது ஊகங்கள் ஏக தேசம் சரியாகிவிட்டதின் சந்தோஷத்தில் மேசையின் அருகில் இருந்த ஜன்னல் வழியே வெளியே பார்த்துக்கொண்டிருந்தாள்.

இப்போது, இருண்டிருந்த வானத்தில் மேகங்கள் விலகி சூரிய வெளிச்சம் பளீரென்று அடித்துக்கொண்டிருந்தது. தன் முகபாவத்தைச் சந்துரு மாமா பார்த்துவிடக்கூடாது என்ற ஒரு முன்னெச்சரிக்கையுடன் அவள் ஜன்னல் வழியே வெளியே பார்த்துக்கொண்டு வெகு நேரம் நின்றுகொண்டிருந்தாள்.

ராணுவ கோட்ர்ஸாக இருந்தாலும் சந்தீப்பிற்குக் கொடுக்கப்பட்டிருந்த வீடு பெரிய பங்களா போல அழகாக அமைக்கப்பட்டிருந்தது. ஊரே மொத்தமாக ஏசி செய்யப்பட்டு ஜில்லென்று இருந்தது. வாய்ப்பு கிடைக்கும் போதெல்லாம் ஜன்னலைத் திறந்து அந்த இயற்கையான குளிரைத் தன் மீது படர விடுவதில் அவளுக்கு அப்படி ஒரு ஆனந்தம். கண்ணுக்கெட்டிய தூரம் வரை காணும் பசுமையான புல் மேடுகளும் நேர்த்தியாக நட்டு வளர்க்கப்பட்ட ரோஜாச்

செடிகளும் இவர்கள் வீட்டில் முன்னால் மட்டும் பூத்துக் குலுங்கிய குல்மோகர் மரமும் ஒரு சுற்றுலா மையத்தில் தங்கி இருக்கும் மனநிலையை ஏற்படுத்தியது. ஒரு நாள் சாருவிடம் சொல்லிவிட்டு இங்கு எல்லா இடத்திலும் போய்ச் சுற்றிப் பார்க்க வேண்டும் என்று நினைத்துக்கொண்டாள்

சந்துரு மாமா வெளியே போய் கொஞ்ச நேரத்தில் ஒரு நாளும் அந்த அறைக்குள் வராத குக் மதன்லால் கையில் எதையோ மறைத்துப் பிடித்துக்கொண்டு பதுங்கிப் பதுங்கி அறையினுள் வந்தான். அவன் கையில் வைத்திருந்த ஒரு விஸ்கி பாட்டிலைப் பார்த்ததும் ரியாவுக்குத் தூக்கி வாரிப் போட்டது.

"கேனல் சாபுக்கு அம்ருத் விஸ்கினா ரொம்பப் பிடிக்கும். அது எப்பக் கிடைச்சாலும் என் கூட வந்து நான் ஒரு சமையல்காரன்னு கூட பாக்காம உட்கார்ந்து குடிப்பாரு. ஒரு ரெண்டு சொட்டு அவர் வாயில விட்டுட்டுப் போயிர்றேன். ப்ளீஸ் மேம் சாப் சம்மதிப்பீங்களா?" என்று கெஞ்சினான். அவனிடம் வேண்டாம் என்று சொன்னாலும் கேட்கப் போவதில்லை என்பதைப் புரிந்துகொண்டு ரியா "ரெண்டு சொட்டு என்றால் ரெண்டு சொட்டு மட்டும் விடு" என்று சொல்லி அவனை அனுமதித்தாள்.

சந்தீப்பின் கண்கள் கலங்குவது தெரிந்தது. அவனைப் பார்க்கத் திராணியற்று மதன்லால் அழுதுகொண்டே வெளியேறினான். அகங்காரத்தின் மொத்த ஆள் வடிவமான சந்தீப்புக்கு இப்படி ஒரு முகம் இருக்கிறதா? ராணுவ கேனல் என்றால் கிரீடம் இல்லாத அரசன் இல்லையா? அவன் போய் ஒரு சமையல்காரனிடமிருந்து விலை உயர்ந்த விஸ்கி குடித்தான் என்றால் நம்பும்படியாகவா உள்ளது? ஆனால் மதன்லாலின் நடவடிக்கை நடிப்பு போல் தெரியவும் இல்லை. சந்தீப்பின் கண்கள் கலங்கியது அப்பட்டமான உண்மை என்று புரிந்தது.

அப்படியானால் சந்தீப் நான் நினைத்தது போன்ற கொடுமைக்காரன் அல்லவா? பின் எதற்காகச் சந்துரு மாமா அவன் பெண்களைக் கொடுமைப்படுத்தியது போல் கூறி இருப்பார்? ஒருவேளை அவன் திருமணத்துக்கு முன்பு பெண்களோடு நடந்துகொண்ட முறையைச் சொல்லி இருப்பாரோ? அல்லது அவன் அம்மாவின் பேச்சைக் கேட்காமல் தறி கெட்டத்தனமாக நடந்ததைக் கூறி இருப்பாரோ? ரியாவுக்குக் குழப்பமாக இருந்தது.

சில நாட்கள் சந்தீப் காலையில் சாரு வேலைக்குப் போகும் நேரத்தில் உறங்கிவிடுவான். அவன் எழுந்து கொண்ட போது நேரமாகிவிட்டது என்று உணர்ந்து பொறுமை இல்லாமல் வருத்தப்படுவதை ரியா பார்த்திருக்கிறாள். அதை உணர்ந்து கொண்டு ரியா ஒன்பதரை மணிக்கு அலாரம் வைத்து அவனை எழுப்பிவிடுவாள். அப்போது அவன் ரியாவை ஒரு பார்வை பார்ப்பான். அப்பா... அதில் நன்றியறிதலின் அடர்ந்த வீச்சு இருக்கும்.

சாரு திட்டினாலும் பரவாயில்லை என்று கொஞ்சம் லேசாகக் கதவைத் திறந்து வைப்பாள் ரியா. அப்போதும் சந்திப்பின் பாராட்டோடு கூடிய நன்றி கண்ணில் பிரதிபலிக்கும். இந்தப் பாராட்டைப் பெறுவதில் ரியாவுக்கு ஓர் அலாதியான இன்பம். அதற்காகவே அவன் மன நிலையில் இருந்து அவள் யோசித்து ஒவ்வொன்றாகச் செய்து அவன் பாராட்டைப் பெறுவதுண்டு.

பிடிக்காததைச் செய்யும்போது கருவிழியை நடுக்கே கொண்டு வந்து துரு துரு என்று பார்ப்பான். கண்ணை இறுக்கி அடைத்து மீண்டும் மீண்டும் திறந்தால் பிடிவாதம் என்று அர்த்தம். நீண்ட நேரம் கண்ணை அடைத்துத் திறந்தால் வேண்டாம் என்று அர்த்தம். கருவிழியை ஓர் இடத்திலிருந்து இன்னொரு இடத்திற்கு நகரத்தினால் இங்கு வா என்று அர்த்தம். கண்ணை அகலத் திறந்து பார்த்தால் ஆச்சரியம் என்று அர்த்தம். இப்படிக் கண்ணிலேயே எல்லா உணர்வுகளையும் காட்டும் ஒரு அபினயக் கலைஞனாக சந்தீப் மாறி இருந்தான்.

சந்தீப்பையும் சாருவையும் குறித்து இவ்வளவு யோசித்த தான், ஏன் தன் வேலைக்கான விளம்பரத்திலிருந்த செய்திகளைக் குறித்து யோசிக்கவில்லை என்று ரியா சிந்தித்தாள். பாப் கட் செய்த, ஆங்கிலம் தெரிந்த, அழகான, இளமையான, மாடர்ன் டிரஸ் போட்ட, ஹோம்நர்ஸ் எதற்கு? சாதாரணமாக நர்சிங் சார்ந்த தகுதிகளையும் முன் அனுபவத்தையும் கேட்பது வழக்கம். ஆனால் அதிலிருந்து முற்றிலும் மாறுபட்டு ஏதோ திருமணத்திற்குப் பெண் தேவை என்பது போன்ற விளம்பரம்தான் அவள் மனதில் ஆச்சரியத்தை ஏற்படுத்தியது. முன்னனுபவம் இல்லாதிருந்தும் தனக்குக் கிடைத்தது பிற தகுதிகளால்தானா என்று நினைத்தாள்.

இப்படிப்பட்ட பெண்களைத்தான் சந்தீப்புக்குப் பிடிக்கும் என்று சாரு நினைத்தாளா? தன்னை இப்படியெல்லாம் இருக்கும்படி வற்புறுத்தியவனைப் பழி வாங்குவதற்காக

அப்படியான ஒரு பெண்ணை வேலைக்காரியாக நியமித்தாளா? என்னவாக இருக்கும்? புரியாமல் ரியா குழம்பினாள்.

நாளை ஒருநாள் சந்தீப் இறந்துவிட்டால் சாரு என்ன செய்வாள்? அன்று பார்த்த அதிகாரியை மணந்துகொள்வாளோ? அந்த அதிகாரி ஏற்கெனவே திருமணம் செய்தவராகத்தான் தோன்றியது. அப்படியானால் இவளை எப்படித் திருமணம் செய்வார்? எப்படிச் சாத்தியம் அல்லது வேறு யாரையாவது மணம் செய்துகொள்வாளோ? இவர்களுக்குத்தான் குழந்தைகள் இல்லையே? திருமணம் செய்துகொள்ள வேண்டும் என்று கட்டாயமா என்ன? இவ்வளவு சொத்துக்களும் வசதிகளும் இருந்தாலும் தனிமையில் வாழ்வது எவ்வளவு கொடுமை? முற்றிலும் எதிர்பார்க்காதபடி சந்தீப் குணமடைந்துவிட்டால்... பிறகு அவர்கள் வாழ்க்கை சந்தோஷமானதாக இருக்குமா? அப்பப்பா எத்தனை கேள்விகள் எத்தனை சந்தேகங்கள்.

ஞாயிற்றுக்கிழமை என்றாலே ஒரு சோம்பல். மெல்ல எழுந்து காலையில் சந்தீப்புக்குச் செய்ய வேண்டிய கடன்களைச் செய்து முடித்துவிட்டு. ஜன்னல் வழியே வெளியே பார்த்துக் கொண்டிருந்தாள். மதன்லால் பதறிக்கொண்டு ஓடிவந்தான். "மேம் சாப் டீ குடிக்க எழுந்திருக்கவில்லை பயமாக இருக்கிறது வந்து பாருங்கள்" என்றான்.

ரியா அவனுடன் சாருவின் அறைக்கு ஓடிச் சென்று பார்த்தபோது சாரு ஆழ்ந்து உறங்கிக் கொண்டிருப்பது போல் படுத்திருந்தாள். அவளைப் பலமுறை அழைத்தும் எழுந்திருக்கவில்லை. நாடி பிடித்துப் பார்த்தபோது அஞ்சும்படியாக மிக மெதுவாக பல்ஸ் போய்க்கொண்டிருந்தது.

ரியா அவசரமாக அறையைப் பரிசோதித்த போது வேஸ்ட் பின்னால் இருந்து வெல்ஸேக் 20 டேப்லெட்டின் ஒரு பெரிய அட்டை கிடைத்தது. ஐயோ இது ஏண்டி- டிப்ரஷன் டேப்லட் அல்லவா? மிகுந்த மன அழுத்தம் உள்ளவர்கள் மட்டுமே சாப்பிடக்கூடிய இந்த மருந்தை சாரு எதற்காக அதுவும் ஒரு அட்டை முழுவதும் சாப்பிட்டு இருக்கிறாள்? அது தற்கொலைக்குச் சமமானது. ஒரு நிமிடம் தாமதித்தாலும் கூட அது உயிருக்கே ஆபத்தாகிவிடும் என்று கூறி உடனடியாக ஆம்புலன்ஸை வரவழைத்தாள். ராணுவ மருத்துவமனையில் ஒரு வார தீவிர சிகிச்சைக்குப் பிறகு சாரு உயிர் பிழைத்து வீட்டுக்கு வந்து சேர்ந்தாள். அந்த நேரத்தில் சந்துரு மாமா அங்கிருந்தது பெரும் உதவியாக இருந்தது.

சாரு இவனுடைய கொடுமைகள் இல்லாமல் நிம்மதியாக, சந்தோஷமாக இருக்கிறாள் என்று தான் நினைத்தது தவறோ என்று யோசித்தாள் ரியா. தற்கொலை செய்யும் அளவு அவளுக்கு என்ன பிரச்சினை? ஒருவேளை சந்தீப்பின் பிரிவை அவள் தாங்க இயலாமல் இப்படிச் செய்தாளோ? அவன் மீது அவ்வளவு அக்கறை இருந்தால் ஏன் அதைக் காட்டத் தயங்குகிறாள்? ரியா சாருவின் அறைக்குப் போய் அவளைப் பார்ப்பதற்காகச் சென்றபோது சந்துரு மாமா அவளைப் பயங்கரமாகத் திட்டிக் கொண்டு இருந்ததைப் பார்த்தாள். ரியாவைப் பார்த்தவுடன் அவர் அறையில் இருந்து வெளியே சென்றுவிட்டார். உடல் நலமில்லாமல் இருக்கும் அவளை எதற்காக அவர் திட்டியிருப்பார்? அப்படி என்ன அவ்வளவு தவறு செய்து விட்டாள்? அவர் அந்த மருந்து சாப்பிட்ட விஷயத்திற்குத் திட்டியது போல் தெரியவில்லை. அப்படியானால் வேறு எதற்காகத் திட்டியிருப்பார்?. சாருவின் கண்களில் கண்ணீர் கூட இருந்ததே?. அப்படியானால் அந்தத் திட்டு வாங்கும்படி ஏதோ செய்திருக்கிறாள் என்றுதானே பொருள்?

ரியா அவள் உடல் நிலையைக் குறித்துக் கேட்டு விட்டுப் பேசாமல் சந்தீப்பின் அறைக்கு வந்துவிட்டாள். இந்தக் குடும்பத்தில் என்னவெல்லாமோ மர்மமாக நடக்கிறது என்பது மட்டும் அவளுக்குப் புரிந்தது. ஆனால் அதை எதையும் தெளிவுபடுத்திக் கொள்ள முடியாததன் மன அழுத்தத்தோடு ஜன்னல் வழியே வெளியே பார்த்துக்கொண்டு நின்றாள். மேகங்களை அச்சிலிட்டு ஒரே வடிவில் வெட்டி எடுத்து வானம் முழுவதும் வீசியது போல் இருந்தது. இயற்கைக்குக் கூட ஒரு அழகியல் இருக்கிறது இல்லாவிட்டால் இவ்வளவு அழகாக ஒரு டிசைன் வரைய முடியுமா என்ன? இது எப்படிச் சாத்தியமாகிறது? தலையை ஆட்டி, தன்னைச் சுற்றில் இருக்கும் எல்லாமே தனக்குப் புதிராக இருக்கிறதே என்று நினைத்துக்கொண்டு, திரும்ப வந்து மேசையில் அமர்ந்துகொண்டாள்.

அன்று சந்துரு மாமா போவதாகச் சொல்லி அவனிடம் விடை பெற்றுக்கொண்டார். அவர் இருந்த நாட்களில் அவனிடம் காணப்பட்ட மலர்ச்சி அவர் போகிறேன் என்று சொன்னபோது முற்றிலுமாகக் குறைந்துவிட்டது. அவர் போன இரண்டு நாட்களில் சந்தீப் மிகவும் முகம் வாடி சோகமாகக் காணப்பட்டான்.

அடிக்கடி ரியாவை அழைத்தான். அவள் கண்களையே உற்றுப் பார்த்து எதையோ சொல்ல முயற்சி செய்தான். ரியாவும் முடிந்த அளவுக்கு என்ன சொல்ல வருகிறான் என்பதைப் புரிந்துகொள்ள முயற்சிசெய்தாள். ஆனால் முடியவில்லை. அவளுக்கு என்னவோ அவன் கெஞ்சுவது போல்தான் தோன்றியது." என்ன சார் நான் ஏதாவது செய்ய வேண்டுமா?" என்று கேட்டாள் "ஆம்" என்பது போல் கண் மூடித் திறந்தான். மீண்டும் மீண்டும் அதே படி அவன் சொல்ல முயற்சி செய்தான்.

உணவு, ஜூஸ், மருந்து, விஸ்கி ஏதாவது வேண்டுமா என்று கேட்டுப் பார்த்தாள். கட்டிலை உருட்டி ஜன்னல் அருகே போட வேண்டுமா என்று கேட்டுப் பார்த்தாள். யாரையாவது பார்க்க வேண்டுமா என்று கேட்டாள். சாரு மேடத்தை அழைத்து வரட்டுமா என்றும் கூடக் கேட்டுப் பார்த்தாள். இல்லை என்னும் பொருள்படும்படி கண்ணை இருக்க அடைத்துத் திறந்து காட்டினான்.

ஒரு அரை மணி நேரம் அவளுக்குத் தெரிந்த ஊகா போகங்கள் அனைத்தையும் சொல்லிக் கேட்டுப் பார்த்துவிட்டாள். சந்தீப் "இல்லை" என்று மறுத்துவிட்டான். தயவு செய்து புரிந்துகொள் என்பது போலும், கெஞ்சுவது போலும் அவன் பார்வை ரியாவுக்குப் பட்டது. ஒருவேளை தன் உயிரைக் காத்துக்கொண்டிருக்கும் இந்த இணைப்புகளைத் துண்டிக்கச் சொல்லிக் கெஞ்சுகிறானோ? அந்த நினைவே அவளுக்குத் தீயை வாரித் தலையில் போட்டது போல் இருந்தது.

அவள் அவனிடமிருந்து ஓடி வந்து தன் மேசையில் அமர்ந்து கொண்டு ஜன்னல் வழியே வெளியே வானத்தைப் பார்த்தாள். நேரம் இருட்டத் தொடங்கி இருந்தது. காம்பவுண்டின் தெற்கு எல்லையில் உள்ள பெரிய மேப்பில் மரத்தின் கிளையில் இருந்து கொண்டு ஆந்தை ஒன்று கத்திக் கொண்டிருந்தது. ஒருவேளை அது தன் இணையை அழைத்ததாகக் கூட இருக்கலாம். ஆனால் அது ரியாவுக்கு என்னவோ அபசகுனமாகப்பட்டது. மரணத்தை முன்னறிவிப்பதற்காகத்தான் ஆந்தை கத்தும் என்று சிறுவயதில் அவள் அம்மா சொன்னது நினைவுக்கு வந்தது.

ச்சே... தான் எவ்வளவு மோசமா யோசிக்கிறோம் என்று நினைத்து அவளையே அவள் குறை கூறிக்கொண்டாள். இவ்வளவு மாதங்களுக்கிடையில் இவன் இப்படி உருகி உருகி எதையும் சொல்ல முயன்றதில்லை. என்னவாக இருக்கும்? ஒருவேளை சாருவுக்கு அது தெரியுமாக இருக்கும். அவளிடம்

போய் சொல்லிவிடலாமா? போய் சொன்னால் அவள் திட்டுவாளோ? எதுவாக இருந்தாலும் நாளை வரை காத்திருந்து விட்டுச் சொல்லலாம் என்று முடிவு செய்தாள்.

கடந்த மூன்று நான்கு நாட்களில் சந்தீப் இதையே திரும்பத் திரும்பச் செய்து கொண்டிருந்தான். ஜூஸ் குடிப்பதற்குக் கூட வாய் திறப்பதில்லை. அவனது உடல்நிலை மோசமாகிக் கொண்டிருந்தது. இன்னும் பொறுமையாக இருப்பது சரி இல்லை என்று அவளுக்குப் பட்டது.

ரியா மாலையில் சாருவைப் பார்த்துக் கடந்த சில நாட்களில் நடந்த செய்திகளை விலாவாரியாகச் சாருவிடம் விளக்கினாள். இதைக் கேட்ட உடனே சாரு அலறி அடித்துக்கொண்டு அவனது அறைக்கு வந்து அவனைப் பார்ப்பாள் என்று எதிர்பார்த்த ரியாவுக்கு ஏமாற்றமே. ஆனால் சாருவின் முகம் இருண்டு, மிகுந்த துக்கத்தில் ஆழ்ந்ததை ரியா கவனிக்கத் தவறவில்லை.

"சரி நீ போ நான் பார்த்துக் கொள்கிறேன்" என்று கூறி ரியாவைச் சாரு அனுப்பி வைத்தாள். இரவு 9 மணி இருக்கும் ரியா வழக்கமாக அமரும் மேசைக்குப் பின்னால் போடப்பட்டிருந்த ஒற்றைக் கட்டிலில் அவள் உறங்குவதற்கான ஏற்பாடுகளைச் செய்துகொண்டிருந்தாள். எதிர்பாராத நேரத்தில் சாரு இன்டர்காமில் ரியாவை அழைத்தாள்.

"ரியா உனக்கு லீவு வேண்டுமென்று கேட்டிருந்தாயே நீ ஊருக்குப் போய்விட்டு பத்து நாள் கழித்து வா. நாளை காலையில் உன்னை ரயில்வே ஸ்டேஷனில் கொண்டு விடச் சொல்லுகிறேன் தயாராக இரு" என்று கூறி அனுப்பினாள்.

இது என்ன புது திருப்பம் என்று ரியா குழம்பிவிட்டாள். எதற்காகத் தன்னை உடனடியாக ஊருக்குப் போகச் சொல்லுகிறாள்? அதிலே ஏதாவது மர்மம் இருக்குமோ? தான் போய்விட்டால் சந்தீப்பை யார் பார்த்துக் கொள்வார்கள்? என் முன்னால் சந்தீப்பிடம் வருவதற்குச் சாரு தயங்குகிறாளோ? என்னை அனுப்பி வைத்துவிட்டு அவளே பொறுப்பெடுத்துக்கொள்ள முயற்சி செய்கிறாளோ? இவ்வளவு நாள் இருந்த குற்ற உணர்வின் வெளிப்பாடாகக் கூட இது இருக்கலாம்.

ஆனால் மனதில் ஏதோ ஒன்று உறுத்திக்கொண்டே இருந்தது. வேறு எதுவும் பேசாமல் சென்னைக்கு ரயில் ஏறினாள். ராணுவத்தினருக்கு ரயில்வேயில் தனி மரியாதைதான். ஏசி

அறையில் வசதியான படுக்கை அவளுக்குத் தரப்பட்டிருந்தது. இதமான குளிரும் வெதுவெதுப்பான கம்பளியும் ஊஞ்சல் ஆட்டுவது போன்ற ரயில் ஓட்டமும் சுகமாக இருந்தது. சந்தீப்பின் வீட்டை விட்டு வந்தாலும் மனம் ஏனோ அதைச் சுற்றியே சிந்தித்துக் கொண்டிருந்தது.

பல மாதங்களுக்குப் பிறகு சாருவை நேருக்கு நேராகப் பார்த்ததின் மகிழ்ச்சி சந்தீப்பின் கண்களில் தெரிந்தது. சாரு அதைச் சட்டை செய்ததாகத் தெரியவில்லை. ரியாவை அழைப்பது போலச் சாருவைக் கண்களால் அவன் அழைக்க முயற்சி செய்தான். அது சாருவுக்குப் புரியவும் இல்லை அவள் கண்டுகொண்டதாகத் தெரியவும் இல்லை. அடக்கி வைத்த உணர்வுகள் அணையுடைந்து வந்தது போல் சந்தீப் என்னவெல்லாமோ சொல்ல முயற்சி செய்தான்.

சற்று நேரம் கைகட்டி அவனையே பார்த்துக்கொண்டிருந்த சாரு அவன் அருகில் சென்று ஒரு நீண்ட பெருமூச்சு விட்டு ஏதோ ஒரு முடிவு செய்தது போல் அவன் உடலோடு பொருத்தப்பட்டிருந்த ஒவ்வொரு இணைப்புகளாகத் துண்டிக்கத் தொடங்கினாள். இப்போது எதையோ புரிந்து கொண்டவன் போல் எந்தவிதச் சலனமும் இல்லாமல் சந்தீப் அவளையே பார்த்துக்கொண்டிருந்தான். அந்தப் பார்வையில் இதைத்தான் எதிர்பார்த்தேன் என்பதைப் போலவும் மரணத்தைக் கண்டு அஞ்சாத ஒரு ராணுவ வீரனின் துணிச்சல் என்பது போலவும் ஒரு பாவம் தெரிந்தது. இறுதியாக ஆக்சிஜன் போகும் குழாயைப் பறித்து எடுத்த போது அவன் மூச்சுக்காகத் திணறுவது தெரிந்தது. கண்ணின் கருவிழிகள் இரண்டும் மேலே போக அவன் இறுதி மூச்சுக்காகப் போராடிக் கொண்டிருந்தான்.

நடுங்கி எழுந்து படுக்கையில் அமர்ந்தாள் ரியா. ஏசியிலும் அவள் வியர்த்துக் கொட்டியிருந்தாள். சந்தீப்பைக் கொல்வதற்குத்தான் தன்னை சாரு அனுப்பி வைத்துவிட்டாளா? அப்படியானால் சந்தீப் இறந்துவிட்டானா? நேரம் என்ன ஆச்சு என்று பார்த்தாள். மாலை 7 மணி ஆகியிருந்தது. ஆந்தையின் சத்தம் அவள் காதில் லேசாகக் கேட்டது. இல்லை அது ரயிலின் சத்தம் என்று அவள் புத்தி திருத்தியது.

சாருவுக்கு ஃபோன் செய்து பார்க்கலாமா? என்று யோசித்தாள். அப்படி அவன் இறந்திருந்தால் சாருவிற்கு ஃபோன் எடுப்பதற்கு எங்கே நேரம் இருக்கும்? அப்படி ஏதாவது நடந்திருந்தால் தன்

பயணத்தைப் பகுதியிலேயே முடித்துக் கொண்டு திரும்பப் போக வேண்டும் என்று முடிவு செய்தாள். இறுதியாக ஒரு முறை சந்தீப்பைப் பார்க்க வேண்டும் என்று அவளுக்குத் தோன்றியது. கடந்த ஆறு மாதத்தில் சந்தீப்புடன் ஏதோ ஒரு வகையான நட்பை அவள் உருவாக்கி இருந்தாள். அவன் இல்லாத அந்தக் கட்டிலை நினைத்துப் பார்க்கவே அவளால் முடியவில்லை. அவளது கட்டுப்பாட்டையும் மீறி கண்ணீர் வடிந்துகொண்டிருந்தது.

தைரியத்தை வரவழைத்துக் கொண்டு சாருவுக்குப் ஃபோன் செய்தாள். நீண்ட நேரம் ஃபோன் அடித்தும் சாரு எடுக்காதது அவளுடைய சந்தேகத்தை மேலும் வலுப்படுத்தியது. சாரு எடுக்காவிட்டாலும் வேறு யாராவது ஃபோனை எடுப்பார்கள் அல்லவா அப்போது அங்கு என்ன நடந்தது என்று தெரிந்து கொள்ளலாம் என்ற நம்பிக்கையில் அவள் மீண்டும் மீண்டும் சாருவுக்கு ஃபோன் செய்துகொண்டு இருந்தாள். மறுமுனையில் ஃபோனில் சாருவின் குரல் கேட்டது. சாரு ரியாவின் பயணம் குறித்துச் சாவதானமாக விசாரித்தாள். தான் நினைத்தது போல் ஏதாவது நடந்திருந்தால் நிச்சயமாக சாருவினால் இவ்வளவு சாவதானமாகப் பேச முடியாது என்று உறுதி செய்து கொண்டாள். ரியாவுக்குப் போன உயிர் திரும்ப வந்தது போல் இருந்தது. ரியா வீட்டுக்குப் போனதும் மறக்காமல் தன்னைக் கூப்பிட்டுத் தெரிவிக்கும்படி அக்கறையுடன் கூறிவிட்டு சாரு ஃபோனை வைத்துவிட்டாள். இவ்வளவு அன்பான சாருவைக் குறித்தா நான் கொலைகாரியாக நினைத்தேன்? என்று தன்னையே நொந்துகொண்டாள் ரியா.

கருத்த கம்பளிக்கு மேல் ரயில்வேயில் கொடுக்கப்படும் வெள்ளை பெட்ஷீட்டைப் போர்த்திப் படுத்துக்கொண்டாள். சுற்றிலும் பார்த்தபோது எல்லாப் படுக்கைகளிலும் வெள்ளை போர்த்தப்பட்ட பிணங்கள் நேர்த்தியாகக் கிடப்பது போல் அவளுக்குத் தோன்றியது. இருட்டின் மர்மங்களைக் கிழித்துக்கொண்டு ரயில் கத்திக்கொண்டே முன்னே விரைந்தது. பக்கவாட்டில் இருந்த மரங்களும் கட்டடங்களும் எதிர்த் திசையில் ஓடி மறைந்தன. ரியா எழுந்து முகம் கழுவிவிட்டு வந்து பிண வரிசையில் தன்னையும் இணைத்துக்கொண்டாள்.

❁❁❁